இரவுக்கு முன்பு வருவது மாலை

இரவுக்கு முன்பு வருவது மாலை
ஆதவன் (1942–1987)

இயற்பெயர் கே.எஸ். சுந்தரம். கல்லிடைக்குறிச்சியில் பிறந்தவர். இந்திய ரயில்வேயில் சில ஆண்டுகள் பணியாற்றியபின் தில்லி 'நேஷனல் புக் டிரஸ்ட்'டின் தமிழ்ப் பிரிவில் துணைப் பதிப்பாசிரியராகப் பணியாற்றினார். பின்னர் பெங்களூருக்கு மாற்றலாகி வந்தார். 1987 ஜூலை 19ஆம் தேதி சிருங்கேரி துங்கா நதியின் சுழலில் சிக்கி மரணமடைந்தார்.

அறுபதுகளில் எழுதத் தொடங்கியவர்; தமிழ்ச் சிறுகதை உலகில் குறிப்பிடத்தக்க சாதனைகளை நிகழ்த்தியவர். 'முதலில் இரவு வரும்' என்ற சிறுகதைத் தொகுப்புக்கு 'சாகித்திய அகாதெமி' (1987) விருது வழங்கப்பட்டது. இவரது பல படைப்புகள் இந்திய மொழிகளிலும் ஆங்கிலம், பிரெஞ்சு, ருஷ்ய மொழிகளிலும் பெயர்க்கப் பட்டுள்ளன.

மனைவி: ஹேமலதா சுந்தரம்

குழந்தைகள்: சாருமதி, நீரஜா.

ஆசிரியரின் பிற நூல்கள்
(காலச்சுவடு வெளியீடு)

❖ காகித மலர்கள் (கிளாசிக் நாவல்) (2014)
❖ கருப்பு அம்பா கதை (கிளாசிக் சிறுகதைகள்) (2019)

ஆதவன்

இரவுக்கு முன்பு வருவது மாலை

காலச்சுவடு பதிப்பகம்

அன்பார்ந்த வாசகருக்கு,

வணக்கம்.

காலச்சுவடு நூலை வாங்கியமைக்கு நன்றி.

நூலின் உள்ளடக்கம், உருவாக்கம், அட்டைப்படம் இன்ன பிற அம்சங்கள் பற்றிய உங்கள் கருத்துகளையும் ஆலோசனைகளையும் காலச்சுவடு வரவேற்கிறது. தகவல், எழுத்து, வாக்கியப் பிழைகள் தென்பட்டால் அவசியம் தெரிவித்து உதவுங்கள். நூல் தயாரிப்பில் கடும் குறைபாடு இருப்பின் மாற்றுப் பிரதி உங்களுக்குக் கிடைக்கக் காலச்சுவடு ஏற்பாடு செய்யும்.

மின்னஞ்சல்: **publisher@kalachuvadu.com**

காலச்சுவடு நாகர்கோவில் தலைமையகத்துக்குக் கடிதம் அனுப்பலாம்.

தங்கள்
எஸ்.ஆர். சுந்தரம் (கண்ணன்)
பதிப்பாளர் – நிர்வாக இயக்குநர்

இரவுக்கு முன்பு வருவது மாலை ❖ குறுநாவல் ❖ ஆசிரியர்: ஆதவன் ❖ © ஹேமலதா சுந்தரம் ❖ முதல் பதிப்பு: நவம்பர் 2024, இரண்டாம் பதிப்பு: ஏப்ரல் 2025 ❖ வெளியீடு: காலச்சுவடு பப்ளிகேஷன்ஸ் (பி) லிட்., 669, கே.பி. சாலை, நாகர்கோவில் 629001

iravukku munpu varuvatu maalai ❖ Novella ❖ Author: Aadhavan ❖ © Hemalatha Sundaram ❖ Language: Tamil ❖ First Edition: November 2024, Second Edition: April 2025 ❖ Size: Crown 1 x 8 ❖ Paper: 18.6 kg maplitho ❖ Pages: 80

Published by Kalachuvadu Publications Pvt. Ltd., 669, K.P. Road, Nagercoil 629001, India ❖ Phone: 91-4652-278525 ❖ e-mail: publications@kalachuvadu.com ❖ Printed at Mani Offset, Chennai 600077

ISBN: 978-93-6110-222-6

04/2025/S.No.1297, kcp 5724 18.6 (2) ass

பதிப்புரை

1974இல் வெளியான 'இரவுக்கு முன்பு வருவது மாலை' என்னும் நூலில் 'இரவுக்கு முன்பு வருவது மாலை', 'சிறகுகள்', 'மீட்சியைத் தேடி' ஆகிய மூன்று குறுநாவல்கள் இடம்பெற்றுள்ளன. அவற்றிலிருந்து முதல் குறுநாவலைத் தேர்ந்தெடுத்து 'கிளாசிக்' குறுநாவலாக வெளியிடுகிறோம். அந்தத் தொகுப்புக்கு நூலாசிரியர் ஆதவன் எழுதிய முன்னுரையும் பதிப்பாளர் குறிப்பின் ஒரு பகுதியும் இதில் இடம்பெறுகின்றன. அந்தத் தொகுப்புக்கு தி. ஜானகிராமன் தந்த வாழ்த்துரையைப் பின்னிணைப்பாகச் சேர்த்திருக்கிறோம்.

பதிப்பாசிரியர்
காலச்சுவடு (2024)

ஆதவனுடைய குறுநாவல்களை நண்பர் சுஜாதா அவர்கள் எனக்கு அனுப்பி "ஏன் இந்தத் திறமையான எழுத்தாளரின் எழுத்துக்களை தாங்கள் புத்தகமாக வெளியிடக் கூடாது?" என்று எழுதியிருந்தார்.

ஏற்கனவே நான் இந்தக் குறுநாவல்களை எல்லாம் படித்து மகிழ்ந்தவன். அவருடைய சிந்தனைத் திறனும் அதை எழுத்திலே அமைத்துச் சொல்லும் முறையும் என்னைப் பெரிதும் கவர்ந்தன. இப்படித் திறமை பெற்ற ஒரு சிறந்த எழுத்தாளரின் புத்தகத்தை – பிரபல எழுத்தாளர் சுஜாதா விரும்பியபடி – புத்தகமாக வெளியிடுவதில் பெரும் மகிழ்ச்சி அடைகிறேன்.

புத்தகப்பித்தன்
இமயப் பதிப்பகம் (1974)

முன்னுரை

காற்றிலாடும் பட்டங்கள்

ஒரு படைப்பின் காலாதீதம் என்பது அது எழுதப்பட்ட காலத்திலிருந்து நீண்ட கால இடைவெளிக்குப் பின்னர் வாசிக்கப்படும்போது எவ்வளவு தூரம் சமகாலத்தின் போக்கோடு தொடர்புடையதாக இருக்கிறது என்பதில் உள்ளது. புறவயமான காரணிகள் வேறுவேறாக இருப்பினும் உள்ளார்ந்த கிடக்கைகளும் மனவெழுச்சிகளும் எக்காலத்துக்கும் பொதுவானவையே. சரியாக அவற்றைச் சென்றடையும் படைப்புகளை ஒரு வாசகர் எப்போதும் தன் நினைவில் நிறுத்துகிறார். வாழ்வின் அடிப்படையான உணர்வுகளைக் கேள்விக்கு உட்படுத்தும்போது காலத்தைக் கடந்து நிற்கும் படைப்புகள் சாத்தியமாகின்றன. அப்படியான படைப்புகளில் ஆதவனின் 'இரவுக்கு முன் வருவது மாலை' குறுநாவலுக்கு முக்கியமான இடம் உண்டு.

சிக்னல் விளக்குகளின் சட்டதிட்டங்களுக்கு அடிபணியாத எளிய விதி மீறலை மெச்சியபடி நிற்கும் ஒருவனுக்கும் மறுபக்கத்தில் அவனைப்

போலவே நிற்கும் பெண்ணொருத்திக்கும் இடையே நடக்கும் ஒரு மாலைப் பொழுது உரையாடல்கள்தான் கதை. இருவருக்குமே புதிய மனிதர்களிடம் தயக்கமின்றிப் பேசுவதும் 'கோக்' குடிப்பதும் நவநாகரிகமாகத் தோன்றுகிறது. அவர்கள் அவற்றை விரும்பவும் செய்கிறார்கள். கதை நடக்கும் காலத்தைக் கருத்தில்கொண்டால், ஆங்கிலம் கலந்த உரையாடல்கள் வழியாகவும் அவர்களின் நடை உடை பாவனையை வெளிப்படுத்துவதின் மூலமாகவும் இருவரும் உயர் மத்தியதர வர்க்கப் பின்னணி கொண்டவர்கள் என்பதை ஆதவன் கட்டமைக்கிறார்.

இருவருக்கும் மற்றவரின் எண்ண ஓட்டங்களும் பாசாங்குகளும் பரிதவிப்புகளும் நன்றாகப் புரிகின்றன. இருப்பினும் வெளிக்காட்டிக்கொள்வதில்லை. இவர்களுக் கிடையே நடக்கும் உரையாடல்கள் வழி மனித மனத்தில் உள்ள போலியான கண்ணாடிகளை நமக்குக் காட்டித் தருகிறார் ஆதவன். அவர்கள் சாமானியக் கூட்டத்தைச் சேர்ந்தவர்கள்தான் என்றாலும் தாங்கள் அவ்வாறானவர்கள் அல்லர் என்பதை நிரூபிக்கத் தொடர்ந்து முயன்றுகொண்டே இருக்கிறார்கள்.

அவர்கள் இருவரும் வெளியுலகுப் பிரக்ஞையை உதறி விட்டு இலக்கின்றிச் சுதந்திரமாகக் காற்றில் பறக்க நேர்ந்த பட்டங்களைப் போலத் தங்களை நினைத்துக்கொள்கிறார்கள். ஆனால் காற்றிலாடும்போதும் கயிற்றால் கட்டப்பட்டிருக்கும் நிதர்சனம் அவ்வப்போது நினைவுக்கு வரத் தவறுவதில்லை.

சில நிமிடங்களுக்கு முன்னரே அறிமுகமான ஒரு பெண்ணின் மடியில் படுத்துக்கொண்டு டாக்ஸியில் பயணம் செய்வதும், நீச்சல் குளத்தில் குளிக்கப் போவதும் தில்லி போன்ற பெருநகர வாழ்விலேயேகூடச் சாத்தியம்தானா எனத் தர்க்கரீதியான கேள்விகள் எழாதபடி முன்பே அவர்களின் குணாதிசயங்களை வாசகருக்கு உணர்த்திவிடுகிறார். அதேபோல கதை முடியும் விதமும் யதார்த்தத்திலிருந்து

துண்டித்துக்கொண்டு தர்க்கரீதியான பிசிறுகளை முற்றிலும் உதறத் துணைசெய்கிறது.

முதலில் அவனுடைய குரலில் சொல்லப்பட்டுக் கொண்டிருந்த கதை ஓரிடத்திலிருந்து அவளுடைய பார்வையில் சொல்லப்படுகிறது. அதன்பின் அவன், அவள் என்று மாறிமாறி வருகிறது. இந்த நடை மிகவும் இயல்பாகவும் கவனமாகவும் கையாளப்பட்டிருக்கிறது. கதையின் போக்கு எங்குமே இடறுவதில்லை. அவர்களுக்கிடையேயான உரையாடல்களில் கூடிவந்திருக்கும் சுவாரஸ்யம் இத்தகைய தர்க்கரீதியான கேள்விகளின் கூர்மையை மழுங்கச் செய்கிறது.

தன்னிலையில் கதை சொல்வதில் ஒரு படைப்பாளிக்குச் சிக்கல் எதிரேயிருக்கும் பாத்திரத்தின் மனவோட்டத்தைப் புரியவைப்பதில்தான் உள்ளது. அப்படியான இடங்களில் மற்றவற்றை விளக்கிக் கூறி கதாபாத்திரங்களின் மனவோட்டங்களைப் பூடகமாக வாசகக் கற்பனைக்கு விட்டுவிடும் உத்தியையே பெரும்பாலான எழுத்தாளர்கள் கைகொள்வார்கள். ஆதவனோ, பல இடங்களில் வாசகக் கற்பனைக்கு இடம் தராமல் எதிரேயிருக்கும் கதாபாத்திரத்தின் மனவோட்டங்களை நீட்டி விளக்கிவிடுகிறார். அவர்களின் நுட்பமான செய்கைகளையும் ஒவ்வொரு செய்கைக்கும் பின்னிருக்கும் அகவோட்டங்களையும் வரிவரியாகப் படம் பிடித்துவிடுகிறார். இது ஒருவகையில் அவர்களை எங்கும் தவறவிடாமல் உள்வாங்க வழிவகை செய்கிறது. அதேநேரம், வாசிப்பவனின் சுதந்திரத்தில் தீர்க்கமான வழிக்கோடுகளை இடுகிறது.

"என் இயலாமையைப் பெருந்தன்மையுடன் ஏற்றுக் கொள்கிறவர்போலப் புன்னகை செய்கிறார்."

இதில் எதிரேயிருப்பவரின் மனவோட்டத்தைக் கதை சொல்லி புரிந்துகொள்கிற விதத்தை வெளிப்படையாகச் சொல்வதன் வழியே வாசகரையும் அவ்வாறே எண்ணும்படிச்

செய்கிறார். அப்படியில்லாமல் இருந்திருந்தால் அது பெருந்தன்மையால் விளைந்த புன்னகையா அல்லது அசட்டுத்தனத்தால் வந்ததா என்பதையெல்லாம் வாசகர் தன் கற்பனையால் நிரப்பிக்கொள்ள இடமிருந்திருக்கும். ஆனால் இப்படியான உரையாடல்களும் அகவோட்டங்கள் சார்ந்த விவரிப்பும் அவருடைய புனைவுலகம் முழுவதும் தொடர்ந்து வருவதைக் காண முடிகிறது. இதைத் திறம்படச் செய்து தனக்கான நடையாகவே அவர் கட்டமைத்துக்கொண்டார்.

கதை மாந்தர்கள் இருவருக்கும் நடக்கும் அறிவார்த்த மான உரையாடல்கள் பலவும் சற்றே கோட்டைத் தாண்டினாலும் அபத்தமாக மாறக்கூடிய சாத்தியங்களைக் கொண்டிருந்தும் அவற்றைக் கட்டுக்குள் வைத்து நகர்த்திச்செல்கிறார். இத்தனை வருடங்களுக்குப் பிறகும் அவை அக்கோட்டைத் தாண்டாமல் இருப்பதை ஆதவனின் வெற்றியாகக் கொள்ள வேண்டும்.

இக்கதையின் உரையாடல்களிலும் சரி, உரையாடல் களுக்கு அப்பாலான அவர்களின் நடத்தைகளிலும் சரி இருவருக்கும் இடையே மெல்லிய காமம் இழையோடிய படி இருக்கிறது. எல்லாவற்றையும் மீறியும் இவ்வுரை யாடல்களுக்குப் பின்னே வலிந்து தம்மை வெளிப்படுத்திக் கொள்ளவும் தம் அறிவையும் அழகையும் கடைபரப்பிக் கொள்ளவும் விழையும் எளிய இரு எதிர்பாலினத்தவரின் உந்துதல் வெளிப்படாமல் இல்லை. அவ்வுந்துதல் எல்லாக் காலத்துக்கும் பொருந்திப் போவதே இப்புனைவை இன்றைக்கும் முக்கியமானதாகப் பார்க்கச்செய்கிறது.

கதைமாந்தர்கள் இருவரின் பின்புலங்களும் வெளிப்படையாகச் சொல்லப்படாமல் உரையாடல்களின் வழியே மெல்லமெல்ல விரிகின்றன. கடைசிவரை அந்தப் பெண்ணின் பெயர்கூட வெளிப்படுவதில்லை. அவள் திருமணமானவள் என்பதைச் சுட்டும் அவனுடைய 'மிஸஸ் பாண்டே' என்ற விளிப்பைக்கூட இதெல்லாம் 'தாளித்த உண்மைகள் கிடையாது' என்று உடனே மறுக்கிறாள்.

தமிழ்த் திரைப்படங்களில் வருவதைப் போன்ற துடுக்குத் தனம் தெறிக்கும் சில உரையாடல்கள் பல இடங்களில் ரசிக்கவைத்தாலும் ஒரு நேரம் அதுவே அதீதமாக இருப்பதாகத் தோன்றுகிறது.

எழுத்தாளர் அரவிந்தன் மொழிபெயர்த்த மிலன் குந்தேராவின் 'சவாரி விளையாட்டு' எனக்கு மிகவும் பிடித்த கதை. இக்கதைக்கும் ஆதவனின் இக்குறுநாவலுக்கும் நிறைய ஒற்றுமைகளைப் பார்க்க முடிகிறது. இரண்டிலும் கார் பயணம், ஆணுக்கும் பெண்ணுக்குமான உரையாடல் வழி நகரும் கதை, இருவருக்கிடையே வெளிப்படும் காதல் தருணங்கள் என்று நிறைய ஒற்றுமைகளைக் காண முடியும். மிலன் குந்தேராவின் கதையிலும் கதை மாந்தர்களின் பெயர்களோ அவர்கள் யார் என்ன பின்புலம் போன்ற தகவல்களோ வெளிப்படுத்தப்படுவதில்லை. அதேநேரம் ஆதவனுடையதைப் போலவே இக்கதையிலும் ஆண் பெண் உறவுச் சிக்கல் குறித்த இருபாலினரின் மனவோட்டங்கள் அலசப்பட்டுக் கேள்விகள் முன்வைக்கப்படுகின்றன.

இவற்றையெல்லாம் தாண்டி இவ்விரு கதைகளுக்கும் முக்கியமான ஒற்றுமையாக இரண்டிலும் வரும் ஜோடிகள் தங்களுக்குள்ளேயே ஒரு பாவனை விளையாட்டை மேற்கொள்கிறார்கள். சவாரி விளையாட்டில் நன்கு தெரிந்த இருவர் தெரியாத இருவரைப் போலவும் ஆதவனின் குறுநாவலில் யாரென்றே தெரியாத இருவர் நன்கு தெரிந்தவர்களைப் போலவும் நடிக்கிறார்கள். இவ்விரு புனைவுகளும் இந்தப் பாவனை விளையாட்டின் வழியே மனித மன அடுக்குகளில் படிந்துபோயிருக்கும் இருண்ட உணர்வுகளை வெளிப்படுத்தும் புதிய திறப்புகளைச் சாத்தியப்படுத்துகின்றன.

இந்தக் குறுநாவலில் ஓரிடத்தில் 'மாலை' என்பது மகிழ்வுக்கானதாகவும் அன்றைய நாளைச் சற்று நெகிழ்த்தித் தருகிற பொழுதாகவும் இருப்பதாக உரையாடல் செல்கிறது. அதேநேரம் மாலையை இருளும் வராத ஒளியும் நிறையாத

இரண்டுக்கும் இடையிலான பொழுதாகவும் கொள்ளலாம். அவ்வாறே, இக்கதையில் காணப்படும் ஆண், பெண் ஆகிய இருவரும் கதை முழுவதும் தங்களின் முழுமையான உணர்ச்சிகளை வெளிப்படுத்தாமல் உணர்வெல்லைகளில் நின்று சிக்கித் தவிக்கிறார்கள். அதேநேரம் அதை விரும்பவும் செய்கிறார்கள்.

இறுதியில் மாலையிலிருந்து அவர்கள் செல்லும் கார் இரவுக்குள் நுழையும்போது அதுவரையிலான பாசாங்குகள் முடிவுபெறுமா அல்லது அது பாசாங்கு என்றே வேறுபடுத்தி உணர்ந்துகொள்ள முடியாத ஒரு மாற்று உலகுக்குள் இருவரும் பிரவேசிக்கிறார்களா என்ற புதிரை விடுவிக்காமலே கதை முடிகிறது. அது இக்குறுநாவலை இன்னும் சிறப்பானதாக மாற்றுகிறது.

24.09.2024   **கார்த்திக் பாலசுப்ரமணியன்**
சென்னை

எழுத்து, நான்...

அன்று அந்தப் பையன்கள் என்னை விளையாடச் சேர்த்துக்கொண்டிருந்தால், நான் பின்னால் எழுதியே இருக்க மாட்டேன். அவர்கள் மைதானத்தின் நடுவே விளையாடிக் கொண்டிருப்பார்கள். நான் மைதானத்தின் ஓரத்தில் ஒரு புத்தகத்தைப் படித்தவாறு, அவர்களுடைய ஷூ, செருப்பு, ஸ்வெட்டர் ஆகிய வற்றுக்குக் காவலாக உட்கார்ந்திருப்பேன்.

அது என்னுடைய ஒரு குறைபாடாக, ஒரு பலவீனமாகக்கூட இருந்திருக்கலாம். ஆனால் என் மனம் அதை ஒரு பெருமையாகக் கருதத் தொடங்கிவிட்டது. நான் அவர்களைவிடப் புத்திசாலியாம், புத்தகம் படிக்கிறேனாம். எனக்கு அவர்களைவிட நிறைய ஏதேதோ தெரியுமாம், நிறையக் கற்பனாசக்தி வேறு இருக்கிறதாம்! நிறைய கையில் கிடைத்ததையெல்லாம் படித்தேன். பிறகு ஒருநாள் நானே எழுதவும் தொடங்கினேன். 'இரவு 12 மணி. முதலியார் வீட்டுக் காம்பவுண்ட் சுவரை ஒரு கரிய உருவம் தாண்டிக் குதித்தது' என்று தொடங்கும் கதைகள்.

இப்போது நினைத்துப் பார்க்கும்போது சந்தோஷமாக இருக்கிறது. சந்தேகமாகவும் இருக்கிறது. ஒரு ஏக்கம். நான் தவறுசெய்து

விட்டேனோ? மைதானத்தின் நடுவில் போய் நானும் விளையாடியிருக்க வேண்டுமோ? எழுதி எழுதி, அதன்மூலம் என்னைப் பற்றிய ஒரு பிம்பம் உருவாகி -

ஆதவன்!

இந்தப் பிம்பத்துக்கு ஏதோ ஒரு கட்டத்தில் நான் பலியாகி விட்டேனோ என்னவோ. ஆனால் நான் முழுதும் பலியாக வில்லை என்று நம்புவதுதான் எனக்கு மகிழ்ச்சியளிக்கிறது - அது ஏதோ ஒரு மட்டத்தில் நடைபெறும் என் இயக்கங்களில் ஒன்று என்றும், எழுத்து நீங்கலாகவும் சில பரிமாணங்களை உடையவன் நான் என்றும் நம்புவது. எழுத்தாளன் என்று அறிமுகப்படுத்தப்பட்டவுடன், ஏதோ விசித்திர ஜந்துவைப் பார்ப்பதுபோலச் சிலர் என்னைப் பார்க்கிறார்களே, அது எனக்கு மிகவும் பிடித்த ஒன்று, 'இவனுக்கும் இரண்டு கையும் இரண்டு காலும்தானே இருக்கிறது, பின்னே-' என்று என்னுடைய விசித்திரம் எங்கேதான் இருக்கிறது என்று தேடும் பார்வை அது.

இரண்டு கையும் இரண்டு காலும் உள்ள ஒரு மனிதனாக மட்டுமே உணரப்படுவதிலும் ஒரு இன்பம் இருக்கத்தான் செய்கிறது. அன்று அந்தப் பெண் என் பரந்த பாதத்தைப் பார்த்ததும் அவள் முகத்தில் மின்னலிட்டு மறைந்த வியப்பு எனக்குப் பிடித்திருந்தது. நண்பா, நான் நன்றாகப் பாடுவதாக நீ சொன்னபோதும் எனக்குப் பிடித்திருந்தது. நேற்று கிளம்பி விட்ட பிறகு அந்தப் பஸ்ஸைத் துரத்திப் பிடித்து ஏறியபோது எவ்வளவு உற்காசமாக இருந்தது! ஒரு புதிய சாதனை உணர்வு. . .

நானென்ன, என்னிடமிருந்தே தப்ப முயன்று கொண்டிருக்கிறேனா, அல்லது என்னைக் கண்டுபிடிக்கவா?

எனக்கே தெரியவில்லை.

புது டில்லி, 1974 **கே.எஸ். சுந்தரம் (ஆதவன்)**

மழை சற்றே நின்றிருக்கும்
ஒரு ஆகஸ்ட் மாலை

பச்சை, மஞ்சள், சிவப்பு; சிவப்பு, மஞ்சள் பச்சை...

போக்குவரத்தை ஒழுங்குபடுத்துவதற் கென அந்த நாற்சந்தி முனையில் பொருத்தப் பட்டிருந்த ஸிக்னல் விளக்குகள் மூன்று நிறங்களில் மாறி மாறிக் கண்சிமிட்டிக் கொண்டிருந்தன. அந்த இடத்தில் வந்து கலந்த சாலைகள் ஒவ்வொன்றிலும், பல்வேறு நிறங்களும் அமைப்புகளும் கொண்டு சாரி சாரியாக வந்துகொண்டிருந்த சிறிதும் பெரிதுமான வாகனங்கள் சிவப்பு விளக்கு வந்ததும் அலுத்துக்கொள்வதுபோலக் கிரீச்சிட்டு நிற்பதையும், மஞ்சள் விளக்கு வந்ததும் உறுமலுடன் மீண்டும் கிளம்பத் தயாராவதையும், பச்சை விளக்கு வந்ததும் கணநேரமும் தாமதியாமல் சீறிப்பாய்ந்து முன்னால் செல்வதையும் பார்த்தவாறு நின்றான் ராஜசேகர். 'இந்த ஸிக்னல் எதற்காக ஒண்ணு, சனியன்!' என்பதுதான் அவர்களில் பெரும்பாலோருடைய அபிப்ராயமாக இருக்க வேண்டுமென்று அவனுக்குத் தோன்றியது. மனிதனால் மனிதனுடைய சௌகரியத்துக்காக ஏற்படுத்தப்படும் விதிகளும் சட்டதிட்டங்களும் இறுதியில்

இரவுக்கு முன்பு வருவது மாலை

அவனுக்கே எஜமானனாக மாறி அவனுக்குச் சங்கடத்தையும் வெறுப்பையும் அளிக்கும் ஒரு அந்தஸ்தையும் பலத்தையும் பெற்றுவிடும் வேடிக்கையை நினைத்துப் பார்த்தபோது அவனுக்குச் சிரிப்பு வந்தது.

சாலையைக் கடக்க விரும்பி 'பாதசாரிகள் கடக்குமிடத்துக்கு' அருகே குழுமி நின்ற மனிதர்கள் வண்டிகள் நிறுத்தப்படும் சமயங்களில் அவசர அவசரமாக, கும்பல் கும்பலாக, சாலையைக் கடந்துசென்றார்கள். மற்ற நேரங்களில் பொறுமையாக வண்டிகள் நிறுத்தப்படுவதை எதிர்பார்த்தவாறு நின்றார்கள். ராஜசேகரும் 'பாதசாரிகள் கடக்குமிடத்துக்கு' அருகேதான் நின்றுகொண்டிருந்தான். ஆனால் சாலையைக் கடப்பதில் அவனுக்குச் சிறிதும் சிரத்தையோ அவசரமோ இருந்ததாகத் தெரியவில்லை. ஸிக்னல் விளக்குகளின் நிறமாறுதல்களுக்கேற்ப நிற்பதும் விரைவதுமாயிருந்த மனிதர்களுக்கும் வாகனங்களுக்கும் நடுவே, தன்னுடைய தனித்தன்மையை நிலைநாட்டிக்கொள்ள விரும்பியவன்போல அவன் நின்றுகொண்டேயிருந்தான். வண்டிகள் ஓடிக்கொண்டிருக்கும்போது சாலையைக் கடக்க அவனால் முடியாது; இந்த விஷயத்தில் மற்ற மனிதர்களுக்கு இருந்ததைவிட வித்தியாசமான வாய்ப்போ சலுகையோ அவனுக்கு இருக்கவில்லை. ஆனால் வண்டிகள் நிறுத்தப்படும்போது சாலையை அவன் கடந்துதான் ஆக வேண்டுமென்ற நிர்ப்பந்தமில்லை – இந்த விஷயத்தில் மற்ற மனிதர்களிடமிருந்து மாறுபட அவனுக்கு வாய்ப்பு இருந்தது. இந்த வாய்ப்பை ஒரு அமைதியான தீர்மானத்துடன் அனுபவித்தவாறு அவன் நின்றுகொண்டேயிருந்தான். ஸிக்னல் விளக்குகள் சமூகத்தின் எந்தச் சட்டத்திட்டங்களின் உருவமாகவும் பிரதிபிம்பமாகவும் நின்றனவோ, அந்த சட்டதிட்டங்களை மீறிவிட்ட அவற்றுக்கு அடிபணியாமல் தப்பிவிட்ட ஒரு திருப்தியும் இறுமாப்பும் அவனுக்கு ஏற்பட்டன.

வேகமாக விரைந்துகொண்டிருந்த மனிதர்களுக்கு மத்தியில் பதட்டமின்றி நின்ற இடத்திலேயே நின்று கொண்டிருந்த ஒரு மனிதன் விநோதப் பிறவியாக, பைத்தியக்காரனாகத் தோற்றமளித்திருப்பான்; அவர்களில் யாராவது ஒரு கணமேனும் நின்று அவனைக் கவனித்திருந்தால், ஆனால் இப்படியொரு விசித்திரப் பிறவி நிற்பதைக்கூடப் பார்க்காமல் அவர்கள் விரைந்து கொண்டிருந்தார்கள். ராஜசேகரனுக்குச் சற்றே ஏமாற்றமாகக் கூட இருந்தது. சமூக இயல்பிலிருந்து மாறுபடும் ஒரு மனிதன் தன் சொந்த விருப்பத்தினால் – சொந்த நம்பிக்கைகள், தீர்மானங்கள் காரணமாய் – தவிர்க்க முடியாமல் தன்னைத்தானே தனிமைப்படுத்திக் கொள்கிறான் என்றாலும், இந்தத் தனித்தன்மை தன்னால் நிராகரிக்கப்பட்ட சமூகத்தினரிடையே ஒரு சலசலப்பு ஏற்படுத்த வேண்டும், அல்லது குறைந்தபட்சம் கவனிக்கப்பட வேண்டுமென்றும் அவனுள்ளே ஏதோ ஒரு மூலையில் ரகசிய விருப்பமொன்று இருக்கத்தான் செய்கிறது.

துரதிர்ஷ்டவசமாக, அந்த நாற்சந்திமுனையில் ராஜசேகரனுடைய தனித்தன்மையின் பிரகடனம் கவனிப்பாரின்றி வீணாகிக் கொண்டிருந்தது.

அவன் எதிர்ச்சாரியை நோக்கிப் பார்வையை வீசினான். சாரிசாரியாகக் குருட்டுத்தனமாக நடந்து சென்றுகொண்டிருந்த மக்கள், மறுபக்கத்திலிருந்து இந்தப் பக்கம் நோக்கி – இங்கு ஏதோ சாதித்துவிடப் போவதைப் போல – சாலையைக் கடந்துவந்த மக்கள் – எல்லாமே அவனுக்கு எரிச்சலைக் கிளப்பின. என்ன அவசரம்? எங்கே போகிறார்கள் எல்லாரும்? 'எல்லாரும் நில்லுங்கள் அப்படியே... ஒரு நிமிஷம்!' என்று உரக்கக் கூவ வேண்டும்போலத் தோன்றியது அவனுக்கு. நில்லுங்கள் – நில்லுங்கள் – ஒருவராவது...

யாராவது ஒருவர்...

இரவுக்கு முன்பு வருவது மாலை

திடீரென்று அவன் கண்களில் ஒரு பிரகாசம் தோன்றியது. உடலெங்கிலும் ஒரு பரபரப்பு; எதிர்ச்சாரியில், சாலையோரமாக நிற்கும் அந்தப் பெண்மணி– சிவப்புப் புடவையும், வெள்ளை ரவிக்கையும்...

ராஜசேகரன் அந்தப் பெண்மணியைக் கண்கொட்டாமல் பார்க்கத் தொடங்கினான். அவளும் கூட அவனைப் போலவேதான்..?

அவன் பார்த்துக்கொண்டேயிருந்தான். ஒரு நிமிஷம், இரண்டு நிமிஷம், மூன்று நிமிஷம்...

ஆமாம்; சந்தேகமில்லை. அவளும் சாலையைக் கடக்காமல், நடைபாதையில் நடக்காமல், அவனைப் போலவே அசையாமல் நின்ற இடத்திலேயே நின்று கொண்டிருந்தாள். அவனைப் போலவே தனித்தன்மை வாய்ந்த, சமூகத்துடன் ஒத்துப்போகாத, ஒரு பிரகிருதியாக இருப்பாளோ அவள்?

அவசர முடிவுக்கு வரக் கூடாது; ஒருவேளை யாரையோ எதிர்பார்த்து அவள் காத்திருக்கலாம்; அதுவும் சாத்தியந்தான்.

ராஜசேகரன் அவளைப் பார்த்தவாறு யோசித்துக் கொண்டேயிருந்தான். நின்றுகொண்டேயிருந்தான்.

சிவப்பு, மஞ்சள், பச்சை, சிவப்பு, மஞ்சள், பச்சை...

இப்போது அந்தப் பெண்மணியும் அவன் பக்கமே பார்க்கத் தொடங்கியிருந்தாள். ஆமாம்; சந்தேகமில்லை – அவனையே கண்கொட்டாமல்...

சே,சே,இருக்காது.மீண்டும் அவன் அவசர முடிவுக்கு வர விரும்பவில்லை. அவனுக்குச் சற்றே மேற்புறமோ, கீழ்ப்புறமோ, வலது பக்கமோ, இடது பக்கமோ அவள் பார்த்துக்கொண்டிருக்கலாம்.

பச்சை, மஞ்சள், சிவப்பு, பச்சை, மஞ்சள், சிவப்பு...

சிவப்பு.

அடடே! அந்தப் பெண்மணி சாலையில் காலடி யெடுத்து வைக்கிறாள். காத்திருந்து அலுத்திருக்கும்; இதோ சாலையைக் கடந்து, அவனையும் கடந்து செல்லப் போகிறாள். நல்லவேளை; அவசர முடிவுக்கு வந்து, அசட்டுத்தனமாக எதையாவது செய்யாமலிருந்தது எவ்வளவு நல்லதாகப்போயிற்று!

ராஜசேகரன் அந்தச் சிவப்புப் புடவைப் பெண்மணி சாலையைக் கடந்து வருவதைப் பார்த்தவாறு நின்றான். அவளுடைய புடவையின் மடிப்புகள் நடையின் கதிக்கேற்ப வெகு சீராகச் சிற்சில இடங்களில் பிரிவதும் சேருவதுமாயிருந்த அழகைப் பார்த்தான்; இறுக்கமாகச் சுற்றியிருந்த புடவையின் காரணமாக நடையின் வீச்சு அவ்வப்போது தடைப்படுவதையும், தம்முடைய சுதந்திரம் கட்டுப்பட்டு விட்டதற்கு எதிராகக் கண்டனம் தெரிவிப்பதுபோலப் பாதங்கள் இங்குமங்குமாகத் திமிறுவதையும் கவனித்தான். பாதங்கள் அவனுக்கு மிக அருகில் வந்துவிட்டன. அழகிய வெளுப்பான பாதங்கள்; நன்கு பாதுகாக்கப்பட்ட சருமம்.

பாதங்கள் நின்றுவிட்டன.

ராஜசேகர் நிமிர்ந்து பார்த்தான். அவள் புன்னகை செய்தாள். வெகுநாள் பரிச்சயமானது போன்ற புன்னகை. 'எனக்கு இவளைத் தெரியாது. நான் இவளை இதற்கு முன் பார்த்ததேயில்லை' என்று ராஜசேகர் தனக்குத்தானே நினைவுப்படுத்திக்கொள்ள வேண்டியிருந்தது.

"யூ நோ, இந்த இடத்தில் இப்படியே நின்றுகொண்டு, மனிதர்களும் வண்டிகளும் போவதை வேடிக்கை பார்த்துக் கொண்டிருக்கும் வியாதி எனக்கு மட்டுந்தான் என்று இவ்வளவு நாட்களாக நினைத்துக்கொண்டிருந்தேன்."

இரவுக்கு முன்பு வருவது மாலை

"எனக்கும் அது உண்டு!" என்றான் ராஜசேகர். அவளுடைய புன்னகையின் பிரதிபலிப்பை போல அவன் முகத்திலும் ஒரு புன்னகை தோன்றியது.

"ப்ளீஸ்ட் டு மீட் யூ," என்றாள் அவள்.

"ப்ளெஷர் இஸ் என்டைர்லி மைன் – சந்தோஷ மெல்லாம் எனக்குத்தான்."

"சரி, அப்படியே இருக்கட்டும். நீங்கள் சந்தோஷப் படுவது நியாயமும்கூட... பந்தயத்தில் ஜெயித்து விட்டீர்கள் அல்லவா?"

"பந்தயமா?"

"சொல்கிறேன். எதிர்ச்சாரியில் நின்றுகொண்டு, பரபரப்புடன் இங்குமங்குமாக விரைந்துகொண்டிருக்கும் மனிதர்களை ஒரு கர்வத்துடன், ஒரு கேலியுடன், நான் பார்த்துக்கொண்டிருந்தேன். ஆனால் நீங்கள் மட்டும் நகராமல் நின்ற இடத்திலேயே நின்றுகொண்டிருந்தீர்கள். அது என் தனித்தன்மையை மறுக்கும் ஒரு சவால்போல எனக்குத் தோன்றியது. 'யார் இந்த கேரக்டர்?' என்று நான் நினைத்தேன். 'இவர் நகர்ந்த பிறகுதான் நான் நகர வேண்டும்' என்று தீர்மானித்தேன். ஆனால்–" அவள் தோள்களைக் குலுக்கி, அழகாக உதடுகளைப் பிதுக்கி, தோல்வியைச் சுமுகமாக ஏற்றுக்கொள்ளும் ஒரு அபிநயம் பிடித்துக்காட்டினாள்.

"இன்று எனக்கு அதிர்ஷ்டமான தினம்" என்றான் ராஜசேகர். வார பலனில் போட்டிருந்தது."

"செலவுள்ள தினமென்றும் போட்டிருக்குமே!"

"ஞாபகமில்லை."

"ஐ மீன் பந்தயத்தில் நீங்கள் ஜெயித்திருக்கிறீர்களே, அதைக் கொண்டாட வேண்டாமா?"

"மை காட்!"

ஆதவன்

"ஏன்?"

"தோற்றவர்கள் அல்லவா ஜெயித்தவர்களுக்கு. . ."

"தப்பு; மாற்றிச் சொல்கிறீர்கள் ஜெயித்தவர்கள்தான் தோற்றவர்களுக்கு. . ."

"ஆனால் நான் எதையும் ஜெயிக்கவில்லையே – நோ பிரைஸ் ஆர் எனி திங்க்."

"இது பரிசு கொடுக்கப்படும் விஷயமில்லை. இது உங்களைப் பொறுத்தவரையில் இயல்பானதும் யதேச்சை யானதுமான, ஆச்சரியப்படத் தேவையில்லாத ஒரு விஷயம். இது உங்கள் பர்ஸனாலிடியின் வெற்றி. உங்கள் தனித்தன்மையின் மற்றுமொரு நிரூபணம். இதற்கு நான் புதிதாகப் பரிசு கொடுப்பது உங்களையே அவமதிப்பது போலாகும்."

"கொண்டாடுவது மட்டும்?"

"அது பரவாயில்லை ஏனென்றால் நீங்கள்தான் கொண்டாடப் போகிறீர்கள். உங்களைப் பொறுத்த ஒரு விஷயத்தில் நீங்கள் சலுகை எடுத்துக்கொள்ளலாம்; உங்களையே சீராட்டிக்கொள்ளலாம். மற்றவர்களுக்கு அந்த உரிமை கிடையாதல்லவா?"

"தாங்க்ஸ்."

அவர்கள் சேர்ந்தாற்போல நடக்கத் தொடங்கி னார்கள். மெல்லிய தென்றல்; இலேசான மாலை வெய்யில்; நீண்ட நிழல்கள். கட்டிடங்களின் உச்சிகள், அவற்றின் கண்ணாடி ஜன்னல்கள், இவற்றுக்கு வெய்யில் கடைசி முத்தம் கொடுத்துக்கொண்டிருந்தது. ஒரு லிங்கரிங் கிஸ். ஆவேசமும் பரபரப்பும் மிக்க கிஸ்... அந்தக் கணத்தை நிரந்தரமாக்க முயலும், அடுத்த கணம் தொடங்குவதற்கு வாய்ப்பளிக்காமல் செய்துவிட முயலும், ஒரு...

ஆனால் அடுத்த கணம் தொடங்கிவிட்டது. அதற்கடுத்த கணங்களும்கூட, மெர்க்குரி நியான்

இரவுக்கு முன்பு வருவது மாலை

விளக்குகள், மாலை வெய்யிலின் சாகஸத்தைத் துச்சமாக்கிக்கொண்டு பல நிறங்களில் பளிச்சிடத் தொடங்கிவிட்டன. இந்த அவமானத்தைத் தாங்க இயலாததுபோலச் சூரியன் தொடுவானத்தில் தலையை மோதிக்கொள்கிறது. குபீரென்று மேற்கு வானத்தில் சிவப்புநிறம் படருகிறது. சூரியனின் ரத்தமா?

எவ்வளவு அழகாயிருக்கிறது!" என்று அவள் மேற்குத் திசையைப் பார்த்துப் பரவசமானாள். தினசரி பார்த்தாலும் அலுக்காத ஒரே விஷயம் இந்த சூரியாஸ்தமனக் காட்சியாகத்தான் இருக்க முடியும்."

"ஆனால் தலையை உயர்த்தி யாராவது அங்கே பார்க்கிறார்களா?"

"என்ன செய்வது, லைஃபே மெக்கானிக்கலாக ஆகி விட்டது. பிரயோஜனரீதியாகவே நாம் இயங்குகிறோம். பொருளாதார நிர்ப்பந்தங்கள் வேறே... அஸ்தமன சூரியனைப் பார்க்கும் நேரத்தில் ஓவர்டைம் செய்தால், பார்ட்டைம் செய்தால், அதிகப் பணம் கிடைக்கும் சூரியனைப் பார்ப்பதால் என்ன லாபம்?"

"நீங்கள் ஜோக்கை மிஸ் பண்ணிவிட்டீர்கள். எழுபது மி.மி. ஸ்கிரீனிலும் லலித் கலாகாலரியிலும் சூரியாஸ்தமனத்தின் நகல்களைப் பார்த்து வியக்கும் காலம் இது."

அவள் சிரித்தாள். "தி ஒரிஜினல் இஸ்நோ லாங்கர் ஃபாஷனபிள்."

"எக்ஸாக்ட்லி – விருப்பமான விஷயங்களைச் செய்வதைவிட, ஃபாஷனபிளான விஷயங்களைச் செய்வதுதான் முக்கியம். உதாரணமாக, தற்செயலாகச் சாலையில் சந்திக்க நேரும் முன்பின் பரிச்சயமற்ற ஒரு ஆணும் பெண்ணும், ஒருவருடைய முகம் இன்னொரு வருக்குப் பிடித்திருந்தால், உடனே அனாவசிய சங்கோஜங்கள், பயங்கள் இன்றி சகஜமாகப் பேசத்

தொடங்குவதுதான் தற்போதைய ஃபாஷன் என்று நம்மிருவருடைய ஸப் – கன்ஷஸ்ஸிலுமே பதிந்திருக்க லாம் – ஒரேவிதமான படங்களைப் பார்த்தாலும், இலக்கியங்களைப் படித்தாலும்; ஒரு குறிப்பிட்ட மட்டத்தைச் சேர்ந்தவர்களாயிருந்து, அந்த மட்டத்தினருகே உரிய பாதிப்புகளுக்கு உட்பட்டிருப்பதால்."

"அதாவது, நீங்கள் என்னை 'அவுட் ஆஃப்பாஷன்' ஆக நினைத்துவிடக்கூடாதென்று நான் உங்களுடன் பேசினேன், நடக்கிறேன்."

"இருக்கலாம்."

"ரப்பிஷ். யார் என்னைப்பற்றி என்ன நினைத்தாலும் நான் கவலைப்படுகிறவளல்ல. ஒவ்வொரு கணத்திலும் எனக்கு விருப்பமானதை நான் செய்கிறேன், செய்வேன்."

"அப்படித்தான் இருக்க வேண்டும். நானும் அப்படியிருக்க முயற்சி செய்கிறவன்தான். ஆனால் இருக்க முடிகிறதா அப்படி எப்போதும்? எல்லா விஷயங்களிலும்? இந்தக் கணத்தையே எடுத்துக்கொண்டால்கூட, நான் நானாகவும் நீங்கள் நீங்களாகவும் பரிபூர்ணமாக, பின்னப்படாதவர்களாக, ஒருவரையொருவர் வெளிப்படுத்திக் கொண்டிருப்பதாகச் சொல்ல முடியுமா? நான் காண்பதும் கேட்பதும் உங்களையல்ல. நீங்கள் எனக்குக்காட்ட விரும்பும் உங்களின் ஒரு பகுதியை, ஒரு அம்சத்தை. நான் இன்னொரு ஆசாமியாக வைத்துக்கொள்ளுங்கள், ஒரு பெண்ணாக இருந்திருந்தால், நீங்கள் இன்னொரு ரூபத்தில் உங்களைக் காட்டியிருப்பீர்கள் அல்லவா?"

"அப்போது அது காண்பவரின் பார்வை விசேஷம் என்றுதானே ஆகிறது?"

"இல்லை... இது அவ்வளவு சுலபமானதில்லை... எதிராளிக்குத் தக்கபடி நாமும்தான் மாறுகிறோம். இல்லையென்று உங்களால் சொல்ல முடியுமா? டெல்மீ ஹானஸ்ட்லீ."

இரவுக்கு முன்பு வருவது மாலை

அவள் ஒரு நிமிஷம் யோசித்தாள்: எதிரே வந்த முகங்களை, தாண்டிச் சென்ற முதுகுகளை, வரிசையான கடைகளை, மாறிமாறிப் பார்த்தவாறு மௌனமாக நடந்தாள். இவற்றிலெல்லாம் பதிலைத் தேடுபவளைப் போல் திடீரென்று அவள் நின்றாள். ஒரு கோகோ – கோலா ஸ்டால்.

“ஹவ் எபௌட் எ கோக்?”

“ஐ டோன்ட் மைண்ட்.”

ஐஸ் பெட்டிக்குள் சிறைப்பட்டிருந்த இரு பாட்டில்களை விடுதலைசெய்து மூடிகளைத் தெறிக்கச் செய்து, அடங்கிக் கிடந்த சோகம் திடீரென்று விம்மலாக வெடிப்பதுபோலப் புஸ்ஸென்று தோன்றிய நுரைப்பையும் பெருமூச்சையும் பார்த்து இந்த வெளிப்பாட்டைச் சமாதானப்படுத்துவதுபோல உறிஞ்சு குழல்களைப் பாட்டிலினுள் நுழைத்து–

“ஸ்ட்ரா வேண்டாம்” என்றாள் அவள், கடைக்காரனிடம். “உங்களுக்கு?” என்றாள் அவனைப் பார்த்து.

“வேண்டாம்.”

பாட்டில்களைக் கையிலெடுத்துக்கொண்டு, “அடுத்த நிமிஷத்துக்கு!” என்று பாட்டில்களை ஒரு கணம் உயரப்பிடித்து டோஸ்ட் சொல்லிவிட்டு மடக் மடக்கென்று சிவப்புத் திரவத்தைச் சில வாய்கள் விழுங்கினார்கள். புறங்கையால் வாயைத் துடைத்துக் கொண்டு, முகத்தை மறைத்துக்கொண்டு தொங்கிய ‘பாப்’ தலைமயிரின் கற்றைகளைத் தலையை வெட்டிக் குலுக்கிப் பின்னுக்கு ஒதுக்கியவாறே, “ஒரே தணுப்பாக இருக்கிறது” என்றாள் அவள்.

“குடித்த பிறகு உள்ளே சூடாகிவிடும்.”

“உம்?”

"உம்" இருவரும் சேர்ந்து ஜோடியாக விஷமம் செய்யும் குழந்தைகளின் பாவனையில் அலமாரிக் கதவுக்குப் பின்னால் ஒளிந்துகொண்டு திருட்டு பிஸ்கெட்டைத் தின்னும் பாவனையில் சிரித்தார்கள். அவன் கோகோ – கோலாவைக் கடைசி வாய் அருந்தி விட்டு, பாட்டிலை டக்கென்று வைத்தான். பர்ஸை எடுத்துத் திறக்கப்போனான்.

"நான் கொடுக்கிறேனே" என்றாள் அவள்.

"நானல்லவா பார்ட்டி கொடுப்பதாக.முடிவாயிற்று?"

"சரியாய்ப் போயிற்று. இதுதான் பார்ட்டியா?"

"முதல் தவணை."

கோகோ – கோலா ஸ்டாலிலேயே அவன் ஒரு சிகரெட் பாக்கெட் வாங்கிக்கொண்டான். மறுபடி நடக்கத் தொடங்கினார்கள்,

"டூ யூ ஸ்மோக்?"

"நடக்கும்போது அல்ல."

"எங்கேயாவது உட்காருவோமா?"

"எங்கே?"

"நீங்கள் சொல்லுங்கள்."

"கூட்டமில்லாத, சத்தமில்லாத, யாரும் தொந்தரவு படுத்தாத இடம்."

"கூட்டமில்லாத, சத்தமில்லாத. . . அப்படியும் ஒரு இடம் இருக்கிறதா?"

"கண்டுபிடிப்போம். என்னுடன் வாருங்கள்."

"எங்கே?"

"நீங்கள் வாருங்களேன்."

இவள் நடக்கிறாள். நான் கூடவே நடக்கிறேன். ஏதோ பேசிக்கொண்டு, நடுநடுவே என் பக்கம் திரும்பிப் புன்னகை செய்துகொண்டு, இவள் நடக்கிறாள். எனக்கு இவளைப் பிடிக்கிறது; இவளுடைய புன்னகை பிடிக்கிறது; இவளுடைய நடை பிடிக்கிறது; இவளுடைய வளைவுகள், அசைவுகள், பாவங்கள், பாவனைகள் – எல்லாமே என்னுள்ளே ஒரு பூரிப்பையும் எழுச்சியையும் ஏற்படுத்துகின்றன. எங்கேயோ, எப்போதோ இவளைப் பார்த்திருப்பதுபோல, இவளுடன் பழகியிருப்பதுபோல தோன்றுகிறது. எப்போதோ தொலைந்த பொருளொன்று மீண்டும் கிடைத்ததுபோல, கலைந்த சுருதி சேர்ந்தது போல, மறந்திருந்த ராகம் நினைவு வந்ததுபோல, முன்பு சிலநாட்கள் குடியிருந்த பிறகு காலி செய்துவிட்ட ஒரு வீட்டின் சுற்றுப்புறங்கள், ஓசைகள், மணங்கள் இவற்றால் திடீரெனத் தாக்கப்பட்டதுபோல தோன்றுகிறது. விநோதமானதொரு கிளர்ச்சியும் உன்மத்தமும் தவிப்பும் உண்டாகிறது. மகிழ்ச்சியும் வருத்தமும் ஒருங்கே உண்டாகின்றன. இவளைச் சந்தித்ததில் மகிழ்ச்சி; இவ்வளவு தாமதமாக இவளை ஏன் சந்தித்தேனென்ற வருத்தம். மனத்தில் அபூர்வமானதொரு அமைதி, கூடவே ஒருபயம், ஒரு வெறி, ஒரு தாபம், ஒரு கோபம், ஒரு படபடப்பு. இவளும் இந்தக் கணமும் இந்த உணர்வுகளும் பொய்யாகி விடக்கூடாதென்ற பயம். நழுவிப்போய் விடாமல் இவளை இறுகத் தழுவியணைத்துக் கொள்ள வேண்டும், இவளுடன் ஒன்றிச் சங்கமித்து என்னுடைய ஒரு பகுதியாகவே இவளை ஆக்கிக் கொண்டுவிட வேண்டுமென்ற வெறி. இவ்வளவு வருடங்கள் இவள் என்னைக் காக்க வைத்துவிட்டாள் பார்த்தாயா என்ற தாபம். இவ்வளவு வருடங்கள் பிடித்திருக்கின்றனவே, எனக்கு இவளைக் கண்டுபிடிக்க என்று என் மேலேயே கோபம். இத்தனை வருடங்களாகக் காத்திருந்ததற்கும் தவித்திருந்ததற்கும் காக்க வைத்ததற்கும் தவிக்க வைத்ததற்கும் இப்போதே இந்தக் கணமே ஈடுசெய்ய வேண்டுமென்ற பரபரப்பு, இவளைத் தண்டித்து நானும்

இவளால் தண்டிக்கப்பட வேண்டுமென்ற செல்லமான எண்ணம்.

"என்ன யோசிக்கிறீர்கள்?" என்றாள்.

"என்ன?"

நான் பேசாமல் அவள் கைவிரல்களுடன் என் கைவிரல்களைக் கோத்துக்கொண்டு மெல்ல அழுத்து கிறேன். அவள் கழுத்தை அழகாகத் திருப்பி என் பக்கம் ஒரு புன்னகையை வீசுகிறாள் – எதிரே கையில் நாலு கனமான புத்தகங்களுடன் வந்துகொண்டிருக்கும் மூக்குக் கண்ணாடி இளைஞனொருவன் எங்களிருவரையும் ஏக்கத்துடன் ஒரு முறை பார்த்துவிட்டு மேலே நடந்து செல்கிறான். தம்பதி என்று நினைத்திருப்பானோ என்னவோ? எனக்குச் சிரிப்பு வருகிறது.

"என்ன சிரிக்கிறீர்கள்?" என்கிறாள்.

"காரணத்துடன் சிரிக்க வேண்டுமா?"

"அவசியமில்லை" என்று அவள் ஆமோதிக்கிறாள். "காரணங்களும், நியதிகளும், தர்க்கரீதியான செயல்களும் செயல்களின் தொடர்ச்சிகளும் – இவற்றையெல்லாம் நாம் மறந்துவிடலாம். நம்மையே நாம் மறந்துவிடலாம். நூல் அறுந்த பட்டம்போல இலக்கின்றி, திசையின்றி மிதக்கலாம் – இப்படி..." என்று அவள் ஒரு கையை மேலே உயர்த்தி நடனமாடப் போவதைப் போல அபிநயம் காட்டுகிறாள். நான் அதிர்ச்சியடைந்தவன் போல் அவளுடைய தோளில் கை பதித்து ஸ்பரிசிச்க இதமான சருமம்... மேலுக்கு அழுந்திக் கொடுத்தாலும் அந்த அழுந்தல் ஒரு இடித்துக்காட்டல்போல, ஸ்பரிசத்தை மௌனமாக எதிர்ப்பது போன்ற உணர்வு, அவளை என்னுடன் அணைத்துக்கொள்கிறேன். "பார்டன் மீ! டான்ஸ் என்றாலே எனக்கு அலர்ஜி!" என்கிறேன்.

"இஸ் இட்? வாட் எ பிடி!"

இரவுக்கு முன்பு வருவது மாலை

“சினிமாவில் டான்ஸ் காட்சி வரும்போது நான் ஸ்மோக் பண்ண எழுந்து செல்வது வழக்கம்.”

“ஓ கே, நீங்கள் ஸ்மோக் பண்ணுங்கள், நான் டான்ஸ் ஆடுகிறேன்.”

“ஐ டோன்ட் ஃபீல் லைக் ஸ்மோக்கிங்.”

“பட் ஐ டூ ஃபீல் லைக் டான்ஸிங்.”

அவள் முகத்தில் அபூர்வமானதொரு கிளர்ச்சியும் பரவசமும் தெரிகின்றன. அந்தக் கணம் ஒன்றே அவளுக்கு நிஜமாக இருக்கிறது; அந்தக் கணத்தில் மனத்துக்குப்படுவதும், அதைச் செயலாக்குவதும். தன்னைப் பற்றிய உணர்வு, வெளியுலகத்தைப் பற்றிய உணர்வு, இரண்டையுமே வென்றுவிட்ட அல்லது மறந்து விட்ட ஒரு மெய்மறந்த நிலையில் அவள் இருக்கிறாள். எனக்கும் அந்த நிலையை அடையவே ஆசையாக இருக்கிறது. ஆனால் என்னால் எப்போதுமே அப்படி முழுமையாக என்னை இழக்க முடிவதில்லை. ஒரு ‘பில்ட் இன் டிஃபெக்ட்’. மதுவருந்தும் போதோ எதிர்பாலாருடன் கிடக்கும் போதோ தியேட்டரிலோ ஃபுட்பால் ஸ்டேடியத்திலோ அமர்ந்திருக்கும்போதோ புதிய பிரதேசங்களில் பயணம் செய்யும்போதோ என்னுள் ஒரு பகுதி ஒதுங்கி நின்று என்னைக் கண்காணித்தவாறு இருக்கிறது. என்னை நான் இழக்க முடியாமல் தடுத்தவாறு இருக்கிறது. நிரந்தரமாக என்மேல் திணிக்கப்பட்ட சில சிந்தனைத் தடங்களும் உலகாயதமான ஜாக்கிரதை உணர்வுகளும் என் யதேச்சையான இயல்புகளையும் உந்துதல்களையும் மழுங்கச்செய்துவிட்டதை நான் சோகத்துடன் உணர்கிறேன். இந்தச் சோகத்திலும், என்னால் என்னை இழக்க முடியவில்லை. ஏனென்றால் இது என்னுடைய ஒரு பகுதி என்னுடைய இன்னொரு பகுதிக்கென அணியும் ஒரு வேஷமாகவே தோன்றுகிறது. நெஞ்சின் ஆழத்தில், அடித்தளத்தில், என்னை நானே எங்கும், யாருக்கும் உண்மையில் இழக்க விரும்ப

வில்லையோ என்னவோ? நானே எனக்குப் பகை. சமூகமல்ல. மனிதர்களல்ல, சட்டங்களல்ல.

சமூகம், மனிதர்கள்! எங்களைச் சுற்றிக் கூட்டம் சேரத் தொடங்குகிறது, இவள் நடனமாடுவதைப் பார்ப்பதற்காக. நான் அவளைப் பார்க்கிறேன். சுற்றியிருப்பவர்களைப் பார்க்கிறேன். காமவெறியை, இச்சையை, சூதுவாதற்ற ஆர்வமாகக் காட்டிக்கொள்ள முயலும் அவர்களுடைய பாசாங்கை உணர்கிறேன். அவளுடைய வாளிப்பான அங்கங்களின் மேல் அவர்களுடைய பார்வை கையாலாகாத்தனம் விளைவித்த ஒரு ஏக்கத்துடன், ஒரு குரூரத்துடன் ஊர்கிறது; தடவியணைக்கிறது. ஐஸ்கிரீம் கடைக்கு வெளியே நாக்கில் ஜலம் சொட்ட நிற்கும் சிறுவர்கள். சினிமாவில் கவர்ச்சியான நடனக்காட்சிதொடங்கியவுடன் கிரீச்சிடும் நாற்காலிகள். ஆமாம், சினிமா. ஒரு இந்திப் படத்தில் வரும் கடைத்தெரு நடனக் காட்சி... ஓ, காட். ஓ ஹெல். ஸ்டாப் இட்...

"ஸ்டாப் இட்!" என்று நான் கூச்சலிடுகிறேன். அவள் நிறுத்தவில்லை. எனக்கு ஆத்திரம் ஏறுகிறது. அவளை நிறுத்தச் செய்வதே என் நோக்கமாக, வெறியாக மாறுகிறது. அவளை நிறுத்தச் செய்ய உரிமையும் சலுகையும் பெற்றவன் போல, என் விருப்புவெறுப்புக்களின் அதிகாரத்துக்கு அவளும் அவளுடைய சுதந்திரமும் உட்படுவது சந்தேகத்துக்கிடமில்லாத ஒரு பழக்கமான விஷயம்போல, நான் ஆவேசத்துடன் அவள் கையைப் பிடிக்கிறேன். அணைத்தாற்போலப் பிடித்தவாறு அவளைத் தரதரவென்று இழுத்துச் செல்லத் தொடங்குகிறேன். அவள் திமிறாததை உணர்கிறேன். இதுவும் ஒரு வியப்பூட்டும் விஷயமாகத் தோன்றாமல் இயல்பானதாகவேப்படுகிறது. டாக்ஸி ஒன்றைக் கைகாட்டி நிறுத்தி அவளை உள்ளே தள்ளி நானும் ஏறிக் கொள்கிறேன், நடைபாதையில் நிற்கும் கூட்டத்தினர் எங்களையே பார்த்துக்கொண்டிருப்பது தெரிந்து அந்தப்

இரவுக்கு முன்பு வருவது மாலை

பக்கம் திரும்பாமல் என்னைக் காத்துக்கொள்கிறேன். போகுமிடத்தைத் தெரிவிக்க வேண்டிய நிர்ப்பந்தம் காரணமாக, "இந்தியா கேட்" என்கிறேன் டிரைவரிடம். கூட்டத்திலிருந்து தப்பி ஓடுவதற்காக, திறந்த வெளியில் தனியே விடப்பட வேண்டுமென்ற ஒரு வெறி காரண மாக, நான் இந்தியா கேட் என்று சொல்லியிருக்க வேண்டும். முதலில் டாக்ஸி கிளம்பட்டும், பிறகு பார்த்துக் கொள்ளலாம். "சுற்று வழியாகப் போ, என்ன? நாங்கள் பேச வேண்டும்" என்கிறேன். ஒரே ஒரு கணத்துக்கு அவன் முகத்தில் ஆச்சரியம் தோன்றி மறைவதுபோலிருக்கிறது. இதுகூட என் ஈகோ கற்பித்துக்கொண்டதாக இருக்கலாம். (என்னுடைய தனித் தன்மையின் அங்கீகாரத்துக்காக நான் அலைவதால்) வெவ்வேறு நேரங்களில் வெவ்வேறு நிலைகளில் மனிதர்களைச் சந்தித்து அந்த டாக்ஸி டிரைவர் ஆச்சரியங்களைக் கடந்த ஒரு நிலையை எட்டி யிருக்க வேண்டும். ஆச்சரியத்தை இழப்பது அவனுடைய தொழில் சங்கடம்.

என் மார்பில் அவள் சாய்ந்து சிந்தனைகளைக் கலைக்கிறாள். "உங்களுக்கு இவ்வளவு கோபம் வருமென்று தெரியாது" என்கிறாள். அவள் குரலில் வருத்த மில்லை, மகிழ்ச்சியும் திருப்தியும் தான் தெரிகிறது. "கோபக்காரர் – ஆங்கிரி யங் மேன்" என்று அவள் என் மூக்கை நிமிண்டுகிறாள். என் தோளின் மேல் ஒரு கையைப் பதித்துக்கொண்டு இன்னொரு கையால் தாடையைப் பிடித்து முகத்தைத் தன் பக்கம் திருப்புகிறாள். என்னை இழக்க முடியாதென்று நினைத்திருந்தவன் அந்த நடைபாதையில் ஒரு கணத்துக்கு என்னைக் கோபத்தில் இழந்ததை நான் திடுமென உணர்கிறேன். இப்போது எனக்கருகில் தெரியும் அவளுடைய பூனைக் கண்களிலும் (முன்பு பங்களூரில் ஒரு விடுதியில் சந்தித்த பெண் நினைவு வருகிறாள்) உஷ்ணமான மூச்சுக் காற்றிலும் ஸென்ட்டும் வியர்வையும் கலந்த சரும வாசனையிலும் ஷிஃபானின் வழவழப்பான உரசலிலும் அழுந்திக்கொடுக்கும் அங்கங்களின்

எல்லையற்றதாகத் தோன்றும் அடைக்கலம் புகும் ஆர்வமெழுப்பும் – திரட்சியிலும் பரப்பிலும் இதமான மேடுபள்ளங்களிலும் மீண்டும் என்னை நான் இழக்கிறேன். என்னை என்னிடமிருந்து மீட்டு அவளிடம் ஒப்படைத்துவிட்டு என்னைப் பற்றி மறந்துவிட முயலுகிறேன். அவளுக்காகக் கோபப்பட்டவன், இப்போது அவளுடைய சீராட்டலுக்குத் திமிறாமல் அடிபணியும் ஒரு சாதுவான நாய்க்குட்டியாகிறேன். ஐ யாம் எ பெட் டாக். யுவர் ஓன் பெட் டாக் லேடி. நாயின் கழுத்தில் கட்டியுள்ள கழுத்துப் பட்டையைக் கழற்றுவதுபோல, அவள் என் டையைக் கழற்றுகிறாள். சட்டைப் பித்தான்களைக் கழற்றுகிறாள். என் தலையைத் தன் மடியில் சாய்த்துக்கொண்டு தலைமயிரினூடே கைவிரல்களால் அளைகிறாள். என் மார்பின் மேல் செழித்துப் படர்ந்திருக்கும் மயிர்க்கற்றைகளை மெல்லத் தடவுகிறாள். நான் சட்டென்று அவள் கையைப்பற்றி, என் உதட்டருகில் கொண்டுசென்று முத்தமிடுகிறேன். உஷ்! சமத்தாயிருக்கணும்!" என்று அவள் ஆள்காட்டி விரலை வாயில் வைத்து என்னை ஸீரியஸ்ஸாகப் பார்க்கிறாள். நான் புன்னகையுடன் கண்களை மூடிக்கொள்கிறேன். மீண்டும் அவள் தடவுகிறாள். இதமான தடவல்; சமர்த்து நாய்க்குட்டி, கிறக்கம். இலேசான உறக்கம். திடீரென கார் ஸடன்பிரேக் போட்டு நிற்கிறது. நான் கண்களைத் திறக்கிறேன். "ஸிக்னல் விளக்குகள்" என்கிறாள் அவள். படுத்திருக்கும் நிலையிலிருந்து பார்க்கும்போது ஒரு கட்டிடத்தின் உச்சியிலிருக்கும் பிரும்மாண்டமான சினிமா போஸ்டர் கண்ணில் படுகிறது. கவர்ச்சியான நடனபோஸில் ஒரு நடிகை. உலகத்தையே தன்னுள் அடக்கிக்கொண்டு விடக்கூடிய ஆச்சரியமளிக்கக்கூடிய உமையைப்போல, சக்தியைப் போல, பெரியநாயகியைப் போல அவ்வளவு பெரிய முகம், கைகால்கள், உடல். திடீரென என் நிதானத்தை மீண்டும் இழக்கிறேன். என் கோபத்தின் தணல்கள் – இன்னும் கனிந்து கொண்டுதான் இருந்தனவா?

"நீ அப்படி நடனமாடியிருக்க வேண்டாம்" என்கிறேன்.

"எப்படி?"

"உனக்குத் தெரியும்."

அவள் கலீரென்று சிரிக்கிறாள். "பொறாமையா?" என்கிறாள்.

"யாரிடம்?"

"உனக்குத் தெரியும்."

"நோ, நோ. என் கவலை அதைப்பற்றியதல்ல, ஓ, காட். உனக்கு எப்படிப் புரியவைப்பேன்? லுக், இது என்னுடைய ஒரு சொந்தப் பிரச்சினை. ஒரு சொந்தச் சோகம். நீ அங்கு நடனமாடத் தொடங்கியவுடன் எனக்கு... நான்..."

டாக்ஸி கிளம்பி ஓடத் தொடங்குகிறது. மரங்கள், இலைகள், டெலிபோன் கம்பிகள். மெத்தென்ற இவள் மடியின் சுகம். மரங்கள், இலைகள்...

"சில பழைய நினைவுகளைக் கிளறிவிட்டுவிட்டது அந்த காட்சி." மீண்டும் நான் யோசிக்கிறேன். இதை அவள் வேறு மாதிரியாகவும் புரிந்துகொள்ளலாமென்பதை உணர்ந்து உடனே திருத்துகிறேன். "இல்லை... வேறு ஒருத்தியைப் பற்றிய நினைவு இல்லை... அதாவது குறிப்பாக ஒருத்தி இல்லை. ஒரு மனநிலை, ஒரு கட்டம், ஒரு பலவீனம்... பத்து வருடங்களுக்கு முன்பு நான் ஒரு சினிமாக் கொட்டகையில் உட்கார்ந்திருந்தது போல... மை காட், உனக்கு எப்படிப் புரியவைப்பேன்."

"எனக்குப் புரிந்துவிட்டது" என்று அவள் என் கையை மெல்லப் பற்றி அழுத்துகிறாள். நான் அவள் முகத்தைப் பார்க்கிறேன். நிஜமாகவே இவளுக்குப் புரிந்திருக்குமா?"

எனக்குப் புரிந்திருக்க முடியுமா என்று இவர் சந்தேகப்படுகிறார். எல்லாமே புரிந்திருக்குமோ என்று

கவலையும் படுகிறாரோ என்னவோ? தன்னைப் பலவீனங்கள் உள்ளவராக காட்டிக்கொள்ள இவர் விரும்பவில்லை. அதே சமயத்தில் என் அனுதாபத்துக்காக ஏங்கவும் செய்கிறார். இவருடைய எண்ணங்களையும் இயல்புகளையும் நிர்வாணமாகப் பார்த்துத் தெரிந்து கொள்ளக்கூடிய சூட்சும அறிவு படைத்தவளாக நானிருப்பதை இவர் எதிர்பார்க்கவில்லை. ஒரு வெற்றுப் பார்வையுடன், 'எவ்வளவோ பார்த்தாயிற்று வாழ்க்கை யில்' என்ற ஒரு பாவனையை முகத்தோற்றத்திலும் குரலின் தொனியிலும் பூசிக்கொண்டு, ஸென்டிமென்டலாக இவர் உதிர்க்கும் மர்மமான சொற்றொடர்களால் உள்ளம் நெகிழ்ந்துபோய் விடக்கூடிய, இவருக்கு இழைக்கப்பட்டுவிட்ட அநீதிகளுக்காக இவருடன் சேர்ந்து கண்ணீர் உகுக்கக்கூடிய, ஒரு வெகுளித்தனமான மென்மையையே இவர் என்னிடம் எதிர்பார்க்கிறார். மற்ற ஆண்களிடமிருந்து வேறுபட்டவராக இவரை நான் நினைத்தது தவறுதான் போலிருக்கிறது; கண நேர மயக்கந்தான் போலிருக்கிறது. நான் தேடிக் கொண்டிருக்கும் ஒரு புதிய இருபதாம் நூற்றாண்டு இந்திய ஆணின் 'இமேஜை' இவர் பூர்த்தி செய்ய வேண்டுமென்பது என்ன கட்டாயம்? இவர் இவராகத்தான் இருக்க முடியும். கொஞ்சம் பழசும் கொஞ்சம் புதிசுமான ஒரு கலவை. தன்னைப்பற்றித்தான் நினைத்துக்கொண்டிருப்பதிலிருந்து சில விதங்களிலோ பல விதங்களிலோ, சிறிதளவுக்கோ, பெருமளவுக்கோ, மாறுபட்டவர். எந்த விதங்களில்? எந்த அளவுக்கு? உண்மையில், அடித்தளத்தில், யார் இவர்? எப்படிப்பட்டவர்? எனக்கு இவருடைய ஆழங்களினுள் நுழைந்து ஆராய்ந்து இவருடைய உண்மையான இமேஜைக் கண்டெடுக்க வேண்டுமென்ற ஆர்வமும் பரபரப்பும் உண்டாகிறது. ஒரு சைல்டிஷ் அதே சமயத்தில் டெவிலிஷ் க்யூரியாஸிட்டி. . .

"இப்போதெல்லாம் சினிமா பார்ப்பதில்லையா?" என்று கேட்கிறேன்.

"தனியாகப் பார்ப்பதில்லை."

"அதாவது தனக்காகச் சினிமா பார்க்க வேண்டுமென்ற ஆசை உண்டாவதில்லை!"

"அப்படிச் சொல்லிவிடுவதற்கில்லை. ஒரு கட்டத்தில் இருந்ததைப் போல இப்போது அது எனக்கு அவ்வளவு முக்கியமானதாக இல்லை. அளவுக்கு மீறிச் சாப்பிட்டு அஜீரணம் உண்டான பிறகு குற்றம் சாப்பாட்டினுடையதாக இல்லாவிட்டாலும் சாப்பாட்டின் மீதே வெறுப்பு ஏற்படுவதுபோல, ஒரு காலத்தில் மிதமிஞ்சி சினிமாத் தியேட்டர்களைப் பயன்படுத்திக்கொண்ட நான் அதையடுத்துச் சில வருடங்களுக்கு அவற்றின் அருகாகச் செல்லும்போது கூடக் கிலியும் அருவருப்பும் கொள்ளத் தொடங்குபவனாக மாறிப்போனேன். இந்தக் கட்டமும் இப்போது பின்தங்கிவிட்டது. இன்று எல்லா மனிதர்களைப் போல என்னாலும் எப்போதாவது வெறும் பொழுதுபோக்குக்காகச் சினிமா பார்க்க முடிகிறது. திரையில் காணும் பொய்யை நிஜமென்று நம்பிய நாட்களுக்குத் திரும்ப முடியவில்லையென்றாலும் அதை பொருட்படுத்தாமல் ஒரு அமைதியான பார்வையாளனாக, கௌரவம் மிக்க கனவானாக, சிரிக்க வேண்டிய இடத்தில் சிரித்துவிட்டு, சூள் கொட்ட வேண்டிய இடத்தில் கொட்டிவிட்டு, பக்கத்தில் ஒருத்தி இருந்தால் அவள் தோள்மேல் கை போட்டுக்கொண்டு, பொருத்தமான கட்டங்களில் அர்த்தம் பொதிந்த பார்வைகளைப் பரிமாறிக்கொண்டு, ஜனகணமன வரையில் அமர்ந்திருக்க முடிகிறது."

"சினிமாப் பார்ப்பதில் ஆட்சேபணையில்லை; ஆனால் பார்க்காமலும் இருந்துவிட முடியும் – இல்லையா?"

"ஆமாம்; எப்படி இந்த டாக்ஸியில் போகாமலும் உன் மடியில் படுக்காமலும் இருந்துவிட முடியுமோ அதேபோல."

சிரித்தேன். "மிகவும் கவனமான பதில்கள்."

"முன்னும் பின்னும் பக்கவாட்டிலும் நிற்கும் காமிரா மேன்களுடைய ரேஞ்சில், லட்சம் பிரதிகள் விற்கும் ஒரு பத்திரிகையின் நிருபருக்குப் பதில் சொல்லும் பிரமுகரைப் போல நீ என்னை உணரச் செய்கிறாய்."

"இப்படிச் சொல்வது நியாயமல்ல" என்று நான் செல்லமாகப் பிணங்குகிறேன். "ஒரு ரிப்போர்ட்டருக்கும் அவர் பேட்டி காணும் பிரமுகருக்கும் இடையேயுள்ள நெருக்கமும் உறவும்தான் நம்மிடையே என்பதுதானே இதன் பொருள்? சரி; நான் இனி எதுவுமே கேட்கவில்லை."

அவர் என் மடியிலிருந்து எழுந்து உட்காருகிறார். சட்டைப் பித்தான்களை அணியத் தொடங்கியவாறு என் பக்கம் பார்க்கிறார். நான் அவர் பார்வையைத் தவிர்க்கிறேன். ஜன்னல் வழியே வெளியே பார்க்கத் தொடங்குகிறேன். உடைப்பதற்குக் கஷ்டமான ஸ்பெஸிமன், என்று அவரைப் பற்றி நினைக்கிறேன்.

"எங்கேயப்பா போகிறாய்?" என்று அவர் டாக்ஸிக் காரனைக் கேட்கிறார்.

"இந்தியா கேட்டுக்கு, ஸாப் – சுற்று வழியாக."

"ஓ! இப்போது எங்கே இருக்கிறோம்?"

"மந்திர் மார்க். . . காளி மந்திரை இப்போதுதான் தாண்டினோம். . . தால்கதோரா சாலையில் திரும்பி, அப்படியே நேராகப் போகலாமென்றிருக்கிறேன். . ." என்று நடு ஆகாயத்தில் விமானத்தின் லொகேஷனை ஒலிபெருக்கி மூலம் பாஸஞ்சர்களுக்குத் தெரிவிக்கும் விமான ஓட்டியின் தோரணையில் அவன் சொல்கிறான். திஸ் இஸ் யுவர் கேப்டன் விஷ்ஷிங் யு ஆல் குட் ஈவினிங் அண்ட் எ வெரி ஹாப்பி ஜர்னி. "ஹே, லிஸன்" என்று அவர் என் தொடையைத் தட்டுகிறார். "இந்தியா கேட்டுக்கு எதற்காகப் போக வேண்டும்? ஒரே கூட்டமாக இருக்கும்

இரவுக்கு முன்பு வருவது மாலை

அங்கே போலீஸ்காரர்கள் தொந்தரவு வேறு. இங்கேயே இறங்கி விடலாம்.”

நான் அசையாமல் மௌனமாக அமர்ந்திருக்கிறேன். “டூவா?” என்கிறார்; ஆமாம் என்கிற பாவனையில் தலையாட்டுகிறேன். “கோந்தைக்கு என்ன வேணும்? ஐஸ்கிரீமா?” என்று கேட்கிறார். “ஸில்லி!” என்று என் தொடைமேல் இருக்கும் அவர் கையை அப்புறப் படுத்துகிறேன். அவர் தன் நிச்சயத்தை இழந்து சற்றே பதற்றம் கொள்வதைத் திருப்தியுடன் கவனிக்கிறேன்.

“ஐஸே, நான் ஏதோ தமாஷாகத்தான் பேசிக் கொண்டிருந்தேன்” என்கிறார். “ஸீரியஸ்ஸாக எடுத்துக் கொண்டு விட்டாயா என்ன?”

நானும் தமாஷான அலைவரிசைக்கு டியூன் செய்யப்பட்டுத்தான் இருந்தேன். டாக்ஸியில் வரும் வழியில் எங்கோயோ அலைவரிசை மாறிவிட்டது – உங்கள் கை பட்டதினாலோ, என்னவோ, நான் ஒரு ஸென்ஸிடிவ் ரேடியோ ஸெட்டைப் போன்றவள்.”

“ஓ!” அவர் சிரிக்க வேண்டுமென்று நினைத்து, பிறகு அந்த முடிவை மாற்றிக்கொள்வதாகத் தோன்றுகிறது. “இந்தியா கேட்டுக்குப் போகலாமென்கிறாயா, அப்போது?”

“எனக்கு எதுவுமே தோன்றவில்லை. நீங்கள் பாதி நடனத்தில் என்னைத் திடீரென டாக்ஸிக்குள் இழுத்துப் போட்டதில் என்னுடைய சுய உந்துதல்கள் வடுப்பட்டு விட்டன. முதன்முறையாக ஒரு பெண்ணிடம் இளமையின் பேதைமையான துணிச்சலுடன் தன் காதலைத் தெரிவிக்க முயன்று அவளிடம் சுடுசொல் வாங்கிக்கொண்ட இளைஞன் அடுத்த தடவை இன்னொரு பெண்ணை அணுகுமுன் பத்துத் தடவை தயங்குவதைப் போல நானும் தயங்குகிறேன்.”

“அழகிய உவமை.”

"தாங்க்ஸ்."

"சரி; நான் தங்களை டாக்ஸியிலிருந்து விடுதலை செய்து விடுகிறேன்" என்று அவர் டாக்ஸி டிரைவரை நிறுத்தச் சொல்கிறார். டாக்ஸி இதற்குள் நார்த் அவின்யூ வரையில் வந்துவிட்டது. இருவரும் டாக்ஸியிருந்து கீழே இறங்குகிறோம். டாக்ஸி டிரைவருக்குப் பணம் கொடுத்துவிட்டு, பெண்களுக்கே உரிய சிரத்தையுடனும் கவலையுடனும் புடவை மடிப்புகளையும் சரி செய்து கொண்டிருக்கும் என்னிடம் அவர் வருகிறார். 'எங்கே?' என்பதுபோல நான் நிமர்ந்து அவரைப் பார்க்கிறேன். 'உன் பின்னால், காப்டன்' என்பதுபோல அவர் கைகளைப் பின்னால் கோத்துக்கொண்டு, என் உத்தரவை எதிர்பார்த்து என் முகத்தைப் பார்க்கிறார்.

"தால்கதோரா பார்க்குக்குப் போகலாம்" என்றேன் நான். "ஐ வான்ட் டு ஸ்மோக்."

மாலை வெளிச்சம் மங்கத் தொடங்கிவிட்டிருந்த தென்றாலும் தால்கதோரா பார்க்கில் ஆங்காங்கே சில இளைஞர்கள் கிரிக்கெட், ஃபுட்பால் விளையாட்டுகளில் ஈடுபட்டிருக்கிறார்கள். இவர்கள் இளம் மாலையிலேயே விளையாடத் தொடங்கியிருப்பார்கள். இளமையின் உபரி சக்தியை வீணடிக்கத் துடிக்கும் இவர்களுக்கு வெளிச்சம் ஒரு பொருட்டில்லை; குறிப்பிட்ட ஒரு விளையாட்டும் விதிகளும்கூட முக்கியமில்லை. கால்பந்து ஆடிக்கொண்டேயிருப்பவர்கள் திடீரென்று வேடிக்கையாக கட்டிப் புரள்வார்கள்; புஜபலத்தைப் பரீட்சித்துக் கொள்வார்கள். கிரிக்கெட் ஆடிக்கொண்டிருப்பவர்கள் திடீரென்று ஸ்டம்புகளைப் பிடுங்கிக் கத்திச் சண்டை போடுவார்கள், அல்லது போட உத்தேசிப்பதுபோல ஒருவரையொருவர் பயமுறுத்திக்கொள்வார்கள். பார்க்கின் செழிப்பாகப் புல் படர்ந்திருந்த, ஈரமில்லாத பகுதியாகப் பார்த்து அமர்ந்து, அவர் நீட்டிய சிகரெட் பாக்கெட்டிலிருந்து சிகரெட் ஒன்றை ஒயிலாக உருவிக் கொண்டு, அனுபவத்தால் உண்டான மெருகுடனும்

லாகவத்துடனும் அவர் தீக்குச்சியை உரசிப் பற்றவைத்து வலது, இடது கரங்களைச் சேர்த்து இணைத்துக்கொண்டு இவற்றினிடையே உண்டான குழிவினுள் அணைக்காமல் காப்பாற்றி என்முன் நீட்ட, நான் அந்தக் குழிவினுள் சிகரெட்டை நுழைத்துப் பற்றவைத்துக்கொள்கிறேன். இந்தச் செய்கையை ஒரு குறியீடாக எனக்கு உணர்த்த முயலுகிறவரைப் போல அவர் என்னைப் பார்ப்பதை உணர்ந்து அவர் பார்வையைச் சாதுரியமாகத் தவிர்த்த வாறே சிகரெட்டை இருமுறைகள் உறிஞ்சிப் புகையை ஊதிச் சற்றேதூரத்தில் பார்க்கிறேன்: கால்பந்து ஆட்டத்தில் ஒரு கிளைமாக்ஸ். கோலுக்கு எதிரேயிருந்த உதைக்கப் பட்ட பந்து கோல்கீப்பரின் தடுப்பு முயற்சிகளுக்குத் தப்பி கோலுக்குள் போய் விழுகிறது: கரகோஷம். இந்தச் செய்கை கூட? அவரைப் பார்க்கிறேன். அவர் எரியும் தீக்குச்சியைப் பார்த்துக்கொண்டிருக்கிறார். நெருப்பு விரலை நெருங்குகிறது. ஊதி அணைக்கிறார்.

"ஸ்மோக் பண்ணவில்லை?" என்று அவரைச் கேட்கிறேன்.

"இப்போது வேண்டாம்."

சிகரெட் பிடிக்கத் தொடங்கினால் எனக்கு இயல்பாக உண்டாகிற சுயஉணர்வுக் கூச்சம் அவர் குடிக்காமல் நான் மட்டும் குடித்துக்கொண்டிருப்பதால் இன்னும் அதிகமாகிறது. இதை மறக்கவும் மறைக்கவும் நான் வாய்க்கு வந்தபடி எதையோ பேசத் தொடங்குகிறேன். விளையாடும் இளைஞர்களைப்பற்றி. அவர்களுடைய துடிப்பையும் பரபரப்பையும் இலக்கின்றி விரயமாக்கப் படும் சக்தியையும் பற்றி. . .

"இலக்கு என்பது என்ன?" என்று என் பேச்சைக் கேட்டுக்கொண்டிருந்த அவர் திடீரென்று ஒரு கோணத்தில் போகத் தொடங்குகிறார். "கால்பந்து விளையாட்டில் கோல் போஸ்ட், கிரிக்கெட்டில் மூன்று ஸ்டம்புகள். இந்த விளையாட்டுகளையும் இவற்றின்

விதிகளையும் ஒப்புக்கொள்கிற வரையில்தான் இந்த இலக்குகள் மதிப்புள்ளவை. இன்னொரு கோணத்தில், வெறும் கோல் போடுவதும் மட்டுமல்ல விளையாட்டு."

தன்னை அறிந்தோ அறியாமலோ அவர் தன் எண்ணங்களைச் சரளமாக வெளிப்படுத்தும் பக்குவமான அல்லது போதையேறிய (இன்டெலெச்சுவல் ரீதியாக) ஒரு கட்டத்தை அடைந்திருப்பது போலத் தோன்றுகிறது; இந்தத் தருணத்தில் அவரைத் தொடர்ந்து பேசவிட வேண்டும், அதே சமயத்தில் ஜாக்கிரதைப்படுத்தி விடக் கூடாது, என்று நினைத்தவளாய், "எனக்குப் புரியவில்லை" என்று மிக வெகுளித்தனமாகவும் மன்னிப்புக் கேட்டுக் கொள்கிற, இரக்கப்பட வைக்கிற பாவனையிலும் கூறுகிறேன்.

என் இயலாமையைப் பெருந்தன்மையுடன் ஏற்றுக் கொள்கிறவர்போல அவர் புன்னகை செய்கிறார். 'அதனா லென்ன, நான் எதற்கு இருக்கிறேன்!' என்பதுபோலப் பார்வையினால் அபயமளிக்கிறார். தலைவிக்குப் பொறுமையாக விஷயங்களைத் தெளிவுபடுத்துகிற தலைவனின் இமேஜை அவர் அணிய வாய்ப்பளித்ததன் மூலம் அவருடைய ஈகோவுக்கு நான் மிகுந்த பலத்தையும் ஆறுதலையும் அளித்திருக்க வேண்டும். எனக்குப் புரிய வைக்கிற பணியை அவர் அந்தச் சமயத்தில் ஏற்றுக் கொள்ளாமல் போவது தன்னுடைய ஆண்மையின் தோல்வியாக நினைக்கப்படக் கூடும் என்று அவர் பயப்பட்டதாகவும் தோன்றுகிறது.

"உதாரணமாக, நாமிருவரும் இங்கே இருக்கிறோம்..." என்று அவர் பேசத் தொடங்குகிறார். "நீ என்னிடமும் நான் உன்னிடமும் ஒருவரையொருவர் வெளிப்படுத்திக் கொள்ள முயன்றுகொண்டிருக்கிறோம், அல்லது அப்படிச் செய்து கொண்டிருப்பதாக ஒருவரை யொருவர் நம்பவைக்க முயலுகிறோம். ஏன் இப்படிச் செய்கிறோம்? இதன் நோக்கமென்ன? என்னுடைய உண்மையான அல்லது பொய்யான இமேஜை நான்

இரவுக்கு முன்பு வருவது மாலை

உன் மனதில் பதிய வைப்பதற்கும், உன்னுடைய உண்மையான அல்லது பொய்யான இமேஜை நீ என் மனதில் பதிய வைப்பதற்கும் ஏற்பட்ட தேவை என்ன? தினசரி வாழ்வில் வெகு நாட்களாக அணிய ஆசைப்பட்டுக் கொண்டிருந்தும் அணிய முடியாமல் போய்விட்ட ஒரு வேடத்தை இந்தச் சந்திப்பை ஒரு வியாஜ்யமாகக் கொண்டு நாம் அணிந்துகொண்டு வேடப் பொருத்தத்தைப் பரீட்சிப்பதற்கும் நடிப்பில் மெருகேற்றிக்கொள்ளவும் எதிராளியை ஒரு வெள்ளைச் சுண்டெலியாகப் பயன்படுத்தப் பார்க்கிறோமா? அன்றாட வாழ்க்கையின் சட்டதிட்டங்கள், நிர்ணயிக்கப் பட்ட எல்லைகள், உறவுகள் ஆகியவற்றினின்று விடுதலைப்படுத்தும் ஒரு மீட்சியை ஒருவரில் ஒருவர் தேடிக்கொண்டிருக்கிறோமா? நம்முடைய வயதையும் வளர்ச்சியையும் தூக்கியெறிந்துவிட்டு, எப்போதோ பின் தங்கிவிட்ட ஒரு சந்தோஷமான பருவத்துக்கும் தருணத்துக்கும் அழைத்துச் செல்லும் காலக்கப்பலாக ஒருவரையொருவர் காண்கிறோமா? அல்லது ஒருவேளை நாமிருவரும் நிஜமாகவே மிக இயல்பாகவும் தவிர்க்க முடியாமலும் ஒருவரால் ஒருவர் வசீகரிக்கப்பட்டு, இந்த வசீகரத்தின் காரணத்தை வீணே தேடிக் கொண்டிருக்கிறோமோ?"

நான் மறுபடி (இந்தத் தடவை ஓரளவு நாணயத் துடனேயே) ஒரு மட்டித்தனமான பார்வையை அவர் மீது வீசுகிறேன். 'நான் ஏதுமறியேன் ஐயா!' (ஸர்ச் மீ) என்பதுபோலத் தோள்களைக் குலுக்கிக்கொள்கிறேன். சிகரெட்டை ஒரு உறிஞ்சு உறிஞ்சுப் புகையை ஊதுகிறேன்.

"சிகரெட் பிடிப்பதைக்கூட மனிதனை இயங்க வைக்கும் உந்துதல்களையும் நோக்கங்களையும் பற்றியதன் சூத்திரங்களை நிரூபிக்கும் ஒரு குறியீடான செயலாகக் காண்கிறார் ஃபிராய்ட்" என்கிறார் அவர். "குழந்தைப் பருவத்தில் விரல் சப்புகிறோம் அல்லவா, அந்தச் செய்கைக்கு வயதான பிறகு நாம் உருவாக்கிக்கொள்ளும் நாகரிகமான ஒரு மாற்று: ஸப்ஸ்டிட்யூட்."

"நான் இப்போது எதனுடைய குறியீடாக அல்லது மாற்றாகத் தோன்றுகிறேன்?" என்று கேட்கிறேன்.

"நீ ஒரு ஒரிஜனல் மாற்றோ நகலோ அல்ல. அதனால் தான் உன்னை எனக்குப் பிடிக்கிறது."

"நான் இப்போது விரல் சப்பினால் இன்னும் ஒரிஜினலாக முடியும்; இல்லை! ஜஸ்ட் திங்க் ஆஃப் இட்" என்று நான் சிகரெட்டைக் கடைசியாக ஒரு இழுப்பு இழுத்துவிட்டு, சிறிய துணுக்காகி விட்டிருக்கும் அதைத் தூக்கியெறிகிறேன்.

"யோசிக்க வேண்டிய விஷயம்தான்" என்கிறார் அவர், படுதோரணையாக, எனக்குச் சளைக்காதவராக.

வெளிச்சம் இன்னமும் மங்கலாகிவிட்டது. விளையாடிக்கொண்டிருந்த இளைஞர்கள் இப்போது ஆங்காங்கே புல் தரையில் உட்கார்ந்துகொண்டும் படுத்துக்கொண்டும் பேசிக்கொண்டிருக்கிறார்கள். நிறைய ஓடி விளையாடியதன் காரணமாக வியர்வை பெருகிக்கொண்டிருக்கும் அவர்களுடைய உடல்களையும், ஆரோக்கியமான மூச்சையும் தசை இயக்கங்களையும் மயிர்க் கால்களிலும்கூடத் துடிக்கும் இளமையையும் நான் கற்பனைசெய்து பார்க்க முயலுகிறேன். இங்கே இவர் சிகரெட் பாக்கெட்டிலிருந்து ஒரு சிகரெட்டை எடுத்து, சிகரெட் பிடிப்பதா வேண்டாமா என்று யோசிப்பதைப் போலச் சிகரெட் நுனியால் சிகரெட் பாக்கெட்டின் மீது தட்டியவாறு இருக்கிறார். "இலக்கு களையும் விளையாட்டையும் பற்றி ஏதோ சொல்லிக் கொண்டிருந்தீர்கள்" என்று நான் அவர் பேசிக் கொண்டிருந்த விஷயத்தை நினைவுபடுத்துகிறேன். "ஆமாம்" என்று சொல்லிவிட்டு அவர் சிகரெட்டை உதட்டில் வைத்துக்கொள்கிறார். பிறகு மறுபடி அதை எடுத்துக் கையில் வைத்துக்கொள்கிறார். காதலைப்பற்றி எப்போதாவது நினைத்ததுண்டா?" என்று கேட்கிறார்.

"உண்டு; நிறைய."

இரவுக்கு முன்பு வருவது மாலை

"என்னவென்று?"

"மிகவும் அந்தரங்கமான கேள்வி."

"பொதுப்படையான கருத்தை மட்டும்தான் நான் கேட்கிறேன்."

"எல்லா மனிதர்களுக்கும் காலங்களுக்கும் சூழ்நிலை களுக்கும் பொதுவான ஆணித்தரமான கருத்துகளைத் தோரணையான குரலில் தோரணையாகச் சொல்லத் தெரியாத – என்னுடைய சொந்த அனுபவங்களின் பின்னணியில் எளிய முடிவுகளை என் தெளிவுக்காகவும் துணைக்காகவும் உருவாக்கிக்கொண்டு இவற்றை உரக்கச் சொல்லிக்கொள்ள விரும்பாத சாதாரணத்திலும் சாதாரணமான எக்ஸ் நான். என் அபிப்பிராயங்கள் தினசரிகளின் முதல் பக்கத்தில் கொட்டை எழுத்துகளில் (சில சமயங்களில் ஆச்சரியக்குறியுடன்) போடுகிற வகையைச் சேர்ந்தவையல்ல. லட்சக்கணக்கானவர்கள் ஆவேசத்துடன் ஒத்துப்போகக் கூடியவையல்ல."

நன்றாகப் பேசினீர்கள், மிஸ் எக்ஸ்! ஆனால் உங்கள் சாதாரணத் தன்மை உங்களைத் தயங்கச் செய்ய வேண்டியதில்லை. இது ஒரு ஸாம்பிள் ஸர்வே. இதற்கு முன்பு கல்லூரியில் சேர்ந்த பிறகு மூன்றாவது தடவை யாகக் காதலிக்கத் தொடங்கியிருக்கும் மிஸ். வித்யா ஊருக்குப் போவதாகச் சொல்லிவிட்டுச் சென்ற புருஷன் இரண்டு வருடங்களாகத் திரும்பி வராமல் போனவுடன் இன்னொருத்தனை 'இஸ்டப்பட்டுக் கட்டிக்கிட்ட' வில்லிவாக்கம் அஞ்சலை, தன் ஆபீஸில் இருக்கும் பதினைந்து இளைஞர்களிடையே ஒருவனைப் பொறுக்க முடியாமல் திணறும் டைப்பிஸ்ட் மாலா, பத்து வயதில் திருமணமாகிப் பதினைந்து வயதில் 'அவரை' இழந்த அலமேலுப் பாட்டி, காதலில் தோல்வி காரணமாகத் தற்கொலை செய்துகொள்ள முயன்ற சந்திரனின் ரூம்மேட் செந்திவேல் ஆகிய பலரிடம் இந்தக் கேள்வி கேட்கப்பட்டது" என்று ரேடியோவுக்காகச்

சிறப்பு நிகழ்ச்சி தயாரிப்பவர் தோரணையில் அவர் சொல்கிறார். (இது உண்மையாகவும் இருக்கலாம். அவர் காற்சட்டைப் பைக்குள் மினியேச்சர் டேப் ரிக்கார்டரை ஒளித்துவைத்துக் கொண்டிருந்தது, கைக்குட்டையை வெளியே எடுக்கும் சாக்கில் அதன் விசையைத் தட்டி விட்டிருக்கலாம். "உண்மைக் கதைகள்" வெளியிடும் ஏதாவதொரு பத்திரிகையின் நிருபராகக்கூட இருப்பாரோ என்னவோ? இவ்வகைப் பேட்டிகளைப் பெறுவதற்கு இது ஒரு புதிய டெக்னிக்காக இருக்கக் கூடும், என்றெல்லாம் நான் வேடிக்கையாக நினைத்துக் கொள்கிறேன்.)

"காதல் மிக அழகானது – நமக்கு அது கிடைக்கும் பட்சத்தில்" என்கிறேன்.

"எப்போது, அல்லது எங்கே அது கிடைக்கும்?"

"எப்போது எங்கு வேண்டுமானாலும் யாருக்கு வேண்டுமானாலும் கிடைக்கக்கூடும். அதேசமயத்தில் எல்லாருக்கும் கிடைத்துவிடுவதுமில்லை. கிடைத்தவர்கள் பலர் அதை உணர்வதில்லை. உணர்ந்தவர் பலர் அதைப் பெறுவதில்லை."

"கடவுளைப் பற்றி ஆஸ்திகர்கள் சொல்வதுபோல அல்லவா இருக்கிறது!"

"ஆமாம். இரண்டுக்கும் ஒற்றுமைகள் உண்டு."

"கடவுள் வழிபாட்டை ஒரு 'ரொமான்டிக் எஸ்கேப்'பாகச் சொல்பவர்கள் இருக்கிறார்கள். அல்லது ஏதோ ஒன்றுக்கான ஸப்ஸ்டிட்யூட்டாக..."

"செயல்கள் முதலிலும் விளக்கங்கள் பிறகும் வருகின்றன. வாழ்வது முதலிலும் அதன் அர்த்தம் பிறகும் வருகிறது."

"எக்ஸிஸ்டென்ஷியலிஸத்தைப் பற்றியும் காதலைப் பற்றியும் ஒரே மூச்சில் பேசுகிறீர்களே!"

"இரண்டும் சேர்ந்து போகிறவையல்ல என்கிறீர்களா?"

"மிகவும் சர்ச்சைக்குரிய விஷயம்."

"ஒரு கோணத்தில், ரயில் தடத்தை விட்டிறங்குவது போல, திடீரென ஒரு பனைமரத்தின் மேல் விழுந்து எரிக்கும் மின்னலைப் போல, காதல் ஒரு நிகழ்ச்சி; இன்னொரு கோணத்தில், அழுகையையும் சிரிப்பையும் போல, சாப்பாட்டையும் தூக்கத்தையும் போல, இது ஒரு சாதாரணமான, ஆனால் அவசியமான அம்சம், அல்லது தேவை. இதற்கு மேல் அது வாழ்க்கையின் இறுதியான உண்மையென்றோ ஜன்மத்தைக் கடைத்தேற்றும் தாயத்தென்றோ பரவசமாகிறவர்கள் கும்பலைச் சேர்ந்தவளாக என்னை நினைத்து நீங்கள் மிரளக் கூடாது. தற்காப்பு வலை பின்னக் கூடாது."

"நானும் காதலுக்கு எதிரியல்ல, மிஸ். எக்ஸ்."

"நல்லது; உங்களைச் சந்தித்ததில் மகிழ்ச்சி."

"எங்கள் நேயர்களுக்கு வேறு ஏதாவது சொல்ல விரும்புகிறீர்களா?"

"நேயர்களுக்கு என் தீபாவளி வாழ்த்துகள். உங்கள் வாழ்க்கையில் எந்தக் கட்டத்தில் காதல் குறுக்கிட்டாலும் நீங்கள் அதைப் பயன்படுத்திக்கொண்டு முழுமையான வாழ்க்கை வாழ வேண்டும். எதிர்ப்புக்கும் பரிகாசத்துக்கும் பயந்தோ, நியதிகளுக்கும் கோட்பாடுகளுக்கும் பின்னால் ஒளிந்துகொண்டோ, சுயகௌரவம், குலப்பெருமை முதலிய சக்திகளில் சிக்கிக்கொண்டோ, காதலை நழுவ விட்டு விடாதீர்கள். வாழ்க ராஜா சந்தனு! வாழ்க சம்யுக்தை! வாழ்க ஷாஜஹான்! வாழ்க வினட்ஸர் பிரபு! வாழ்க இளவரசி மார்கரெட்! வாழ்க ஜாக்குலீன் ஒனாஸிஸ்!"

நான் எழுந்து நின்று புடவையின் பின்புறத்தில் ஒட்டிக்கொண்டிருக்கும் பல துணுக்குகளைத் தட்டி விட்டுக்கொள்கிறேன்.

எழுந்து நிற்கும் அவளுடைய பாதங்களை, பாதங்களின் வெண்மையுடன் சன்னமாகப் பொருந்திப் போகிற சிவப்புப் புடவையை, அந்தப் புடவைக்கு வடிவமளிக்கும் வளைவுகளைப் பார்த்தவாறு நான் ஒரு சிகரெட்டைப் பற்ற வைக்கிறேன். அவள் கழற்றி யெறிந்திருக்கும் கறுப்புப் பட்டையுள்ள செருப்புகள் (அவளுடைய சருமத்தின் வெண்மையை அழகாக எடுத்துக் காட்டுபவை) ஒன்றின் மேலொன்றாக, உயிரும் உணர்ச்சிகளும் தாபங்களும் வேட்கைகளும் உள்ளவை போல, இவற்றைப் பலநாள் அடக்கி வைத்திருந்து இப்போது தீர்த்துக்கொள்ளத் துடிப்பவை போல ஒழுங்கில்லாமல் (அவ்வளவு அவசரம் போலும்) கிடக்கின்றன. உட்கார்ந்து எழுந்ததால் அவளுடைய புடவையின் பின்புறத்தில் ஏற்பட்டிருக்கும் கசங்கல் களிலும் காய்ந்த புற்களின் நுணுக்கமான வரிச்சுவடு களிலும் சற்றே நெகிழ்ந்திருக்கும், விளிம்பு மடிந்திருக்கும், புடவைச் சுற்றல்களிலும் மென்மையாகக் கிளர்ச்சியூட்டும், மர்மமாக நெஞ்சையள்ளும் ஒரு தன்மை எனக்குத் தெரிகிறது. எனக்குத் திடீரென்று அவள் மேல் விவரிக்க இயலாத ஓர் அனுதாபம் உண்டாகிறது. ஆறுதலாக அவளை அணைத்துத் தேற்ற வேண்டும்போல... உட்கார்ந்திருந்த நான் சட்டென்று குனிந்து அவளுடைய பாதங்களில் ஒன்றைப் பிடித்து, “நைஸ் கெர்ல்!” என்று முத்தமிடுகிறேன். திடுக்கிட்டவளாய் அவள் காலைப் பின்னுக்கிழுத்துக்கொள்கிறாள். “ஸில்லி!” என்று என்னைக் கடிந்துகொண்டாலும், அவள் முகத்திலும் குரலிலும் ஒரு பரவசமும் தோன்றியிருப்பது எனக்குத் தென்படாமலில்லை. மிக இயல்பாக, பாதிக்கப்படாத வளாக, அவள் புடவை மடிப்புக்களைச் சரிசெய்து கொள்ள முயல்கிறாளென்றாலும், அந்தச் செய்கையில் இப்போது ஒரு இலோசன பதட்டம்” இருக்கிறது. ஒரு கணத்துக்கு அவளுடைய உள்பாவாடையின் கீழ் ஓரம் தெரிகிறது. நுனியிலுள்ள வர்ண வேலைப்பாடு தெரிகிறது. மிகவும் மென்மையான, பண்பட்ட சுவையும் பழக்கங் களும் உள்ளவள் போலும்.

செருப்புக்களின் அருகில் அவளுடைய ஹாண்ட்பாக் கிடக்கிறது. ஏதோ ஒரு ஆர்வத்துடன் அதை எடுத்துத் திறந்து உள்ளே என்ன இருக்கிறதென்று பார்க்கிறேன்: கசங்கிய, சாந்தும் பவுடரும் மணக்கிற கைக்குட்டை, டிரைவிங் லைசென்ஸ், லிப்ஸ்டிக், பவுடர் பெட்டியும் பஃபும், ஒரு சினிமா டிக்கெட்டின் பாதி, நொவால்ஜின், ஸ்ட்ரெப்ஸில்ஸ், ஒரு குறிப்பிட்ட ரக டாய்லெட் சோப்பில் வைக்கப்படும் இரு பரிசுக் கூப்பன்களுக்கு ஒரு பிளாஸ்டிக் வாளி என்று அறிவித்திருந்தார்கள். ஸென்ட் பாட்டில், சூயிங்க்கம், இரண்டாகவும் நாலாகவும் எட்டாகவும் மடிக்கப் பட்ட கடிதங்கள், ரசீதுகள், பிளாட்பாரம் டிக்கெட், எஃபெல், எடைச்சீட்டு, ("ஒரு எதிர்பாராத அதிர்ஷ்ட வெள்ளம் விரைவில் உங்கள் கஷ்டங்களை அடித்துச் செல்லப் போகிறது", என்கிறது எடைச்சீட்டிலுள்ள ஜோதிடவாக்கியம். பாப்கார்ன், 'ஹாண்ட்பாக் – இன் அடி முழுதும் இறைந்துகிடக்கிறது.) இரண்டொரு ஸேஃப்டிபின்கள், ஹேர் பின்கள், ரூபாய் நோட்டுகள், சில்லறை...

சிறிது பாப்கார்னை எடுத்து வாயில் போட்டுக் கொண்டு, ஹாண்ட்பாக்கை மூடுகிறேன். "பசிக்கிறதா?" என்கிறாள் அவள்.

"ஆமாம், மிஸஸ் பாண்டே."

அவள் உரக்கச் சிரிக்கிறாள். "அந்த டிரைவிங் லைஸன்ஸ் என்னுடையதாக இருக்க வேண்டுமென்பதில்லை. மிஸ்டர் ஷெர்லாக் ஹோம்ஸ்."

"இந்த ஹாண்ட்பாக் கூடத்தான் உங்களுடையதாக இருக்க வேண்டியதில்லை, இல்லை?"

"எதையும் ஒப்புக்கொள்வதன் அல்லது மறுப்பதன் மூலம் நான் உங்கள் முடிவை வண்ணப்படுத்த விரும்பவில்லை."

"இந்த ஹாண்ட்பாக்குக்கு உரியவள் இன்று ரயில்வே ஸ்டேஷனுக்கும் சினிமாத் தியேட்டருக்கும்

சென்றிருந்தாள். அவளுக்கு அடிக்கடி தலைவலியும் தொண்டைக்கட்டும் ஏற்படுகின்றன. சிகரெட் பழக்கத்தை விடும் முயற்சியில் சூயிங்க்கம் மெல்லத் தொடங்கியிருக்கிறாள். தியேட்டரில் பாப்கார்ன் வாங்கினால் பிளாஸ்டிக் பைக்குள் ஒவ்வொரு முறையும் கைவிட்டு எடுக்கும்போது உண்டாகும் சிறு மொட மொடப்பு ஓசையினால் பக்கத்திலிருப்பவர்களுக்கு ஏற்படக் கூடிய உபத்திரவத்தைத் தவிர்க்கும் பொருட்டுப் பாப்கார்னை ஹாண்ட் பாக்குக்குள் கொட்டி வைத்துக் கொண்டு தின்னுமளவுக்கு அவள் பக்குவமும் பண்பாடும் உள்ளவள். அதே சமயத்தில் காலையில் எடுத்த கைக்குட்டையை மாலையில் மடிப்புக் கலையாமல் வீட்டுக்கு எடுத்துச் செல்லும் 'மாடல்' நல்ல பெண் இல்லை. வசதிகளைப் பயன்படுத்திக்கொள்ள, செலவிட வேணடியதைச் செலவழிக்க, தயங்குகிறவள் இல்லை. இதமான பலன்களைச் சொல்லும் எடைச்சீட்டுகள் அவளுக்கு விருப்பமானவை. அதிர்ஷ்டம் ஒரு பிளாஸ்டிக் வாளியின் உருவில் அவளை விரைவில் சந்திக்க இருக்கிறது."

"ஃபன்ட்டாஸ்டிக்!"

"தாங்க் யூ, மிஸஸ். . . ஸாரி, மிஸ் எக்ஸ்."

"அவள் முதலில் சென்றது ரயில்வே ஸ்டேஷனுக்கா அல்லது சினிமா தியேட்டருக்கா?"

"பிளாட்பாரம் டிக்கெட் காலையில் இஷ்யூ செய்யப்பட்டிருக்கிறது. சினிமா டிக்கெட் மாட்டினி ஆட்டத்துக்கானது. எனவே இரண்டாவதாகச் சென்றதுதான் சினிமாத் தியேட்டருக்கு. யாரையோ வழியனுப்பிய சோகத்தை மறப்பதற்காக இருக்கலாமே."

"யாரிடமிருந்தோ நிரந்தரமாகவோ அல்லது தற்காலிகமாகவோ விடுதலை பெற்றதைக் கொண்டாடு வதற்காகவும் இருக்கலாமே!"

"மிஸ்டர் பாண்டேயிடமிருந்தா?"

“எனக்குத் தெரியாது.”

நான் சிகரெட்டை விட்டெறிந்துவிட்டு, ஹாண்ட்பாக்குடன் எழுந்து அவளிடம் அதை நீட்டுகிறேன். கிளம்புவோமா?” என்கிறேன்.

“எங்கே?”

“எங்கோயோ நாம் போய்க்கொண்டிருந்தோம், இல்லை?”

“நினைவில்லை.”

“என்னை நினைவிருக்கிறதா?”

“யாரப்பா நீ?”

“சினிமாத் தியேட்டர் கேட் கீப்பர். உங்க பையை ஸீட்டிலே மறந்து வச்சுட்டீங்க அம்மா.”

“தாங்க்ஸ்” என்று ஹாண்ட்பாக்கை வாங்கிக் கொள்கிறாள். புன்னகையுடன் செருப்பை அணிந்து கொள்கிறாள். நடக்கத் தொடங்குகிறோம்.

“உன் வீடு எங்கேப்பா?”

“இங்கே பக்கத்திலேதானம்மா.”

“ஹாண்ட்பாக் என்னுடையதுதாண்ணு எப்படித் தெரிஞ்சுது?”

“எனக்குக் கொஞ்சம் ஜோஸ்யம் வருமுங்க.”

“ஓ!”

“கொஞ்சநாள் ஒரு வெயிட்மெஷின் கம்பெனியிலே வாக்கியங்கள் போடுகிறவனாயிருந்தேன்... நான் கிராஜு வேட்டுங்க...

“அப்படியா? பாவம். வேறே வேலை கிடைக்காமல்...”

“ஆமாங்க.”

“கல்யாணம் ஆகிவிட்டதா?”

"ஆச்சுங்க."

"குழந்தைகள் .. ?"

"இரண்டு பிள்ளை, ஒரு பொண்ணு."

"மூன்றுக்குப் பிறகு எப்போதும் வேண்டாம்?"

"ஐயோ, வேண்டாங்க."

"காதலைப்பற்றி நீங்கள் என்ன நினைக்கிறீங்கள்?"

"காதலா? அதாவது இந்தச் சினிமாவிலெல்லாம் வருதுங்களே, ஒருத்தரையொருத்தர் ஓடிப் பிடிச்சிக்கிட்டு. . ."

"சே,சே. நான் உங்க அனுபவத்தைக் கேட்கிறேன்."

"எனக்கு இந்த அனுபவமெல்லாம் இல்லீங்க. வயத்துப் பொளைப்பே பேஜாரா இருக்குதுங்க. பதினாறு வயசிலே சம்பாரிக்க ஆரம்பிச்சேனுங்க. காலை எட்டு, எட்டரைக்குக் கிளம்பி ஆபீஸ் போனா அப்புறம் ஈவினிங் காலேஜ், பார்ட்டைம்னு பத்து பத்தரை ஆகும் வீடு போய்ச் சேர – அன்னிக்கும் சரி, இன்னிக்கும் சரி, இதுக்கு நடுவிலே பொட்டைக் குட்டிங்க பின்னாலெல்லாம் போய்க்கிட்டிருக்க ஏதுங்க நேரம்?"

"மனைவியிடம்கூடக் காதல் இருப்பது சாத்தியந் தான்."

"இல்லீங்க, இது லவ் மாரியேஜ்யெல்லாம் இல்லீங்க, நீங்க ஒண்ணு..."

"அப்பா அம்மா பார்த்துப் பண்ணிவச்சாங்களா?"

"ஆமாங்க."

"அதிலே காதல் இருக்கக் கூடாதா? அதாவது பிரியமா இருக்கிறதைச் சொல்றேன். சின்ன சின்ன சண்டைகள் ஓரிரண்டு கருத்து வேற்றுமைகள் இருந்தாலும் அடிப்படையா ஒருத்தர் மேலே ஒருத்தருக்கு ஒரு ஆசை –

இல்லை. அந்த ஆசை மட்டுமில்லை, அதுக்கும் மேலே – அதாவது அவதுணையிலே அழகான காட்சிகளைப் பார்க்கணும், அவகூட எல்லா எண்ணங்களையும் கவலைகளையும் பகிர்ந்துகொள்ளணும், அவ பேசப் பேசக் கேட்டுக்கொண்டேயிருக்கணும்; மாலையிலே பஜார்லே அவகூட நடந்து போகணும்னெல்லாம் எனக்கு எப்படிச் சொல்றதுன்னு தெரியலே...”

“மாலையிலே வெளியே போக எனக்கு நேரமெங்கே இருக்குதுங்க... வீடு போனாச் சாப்பாடு, தூக்கம், படுக்கையிலேதான் அவகூடக் கொஞ்ச நேரம்...”

“அதாவது உங்களைப் பொறுத்தவரையில் மாலை நேரமே இல்லை?”

“இல்லீங்க; கரெக்டுங்க.”

“ஒண்ணு கேக்கறேன். தப்பா நினைச்சுக்காதீங்க...”

“சும்மாக் கேளுங்க.”

“வேறு எவளையாவது கட்டிண்டிருக்கலாம்னு எப்பவாவது தோணுதா?”

“ஐயோ, அதெல்லாம் ஒண்ணுமில்லீங்க. யாராவது ஒருத்தி... இதில் என்னாங்க பெரிய...”

“இன்னொரு கேள்வி. ஈவினிங் காலேஜிலே பெண்கள் யாரும்–?”

“மன்னிக்கணும் அம்மா! நீங்க ஈவினிங் காலேஜுங்களைப் பார்த்ததில்லைன்னு தோணுது. அதிலே வர்ரவங்க அநேகமா இந்த உணர்ச்சிகளெல்லாம் செத்தவங்க. இதை விடவும் அவசியமான விஷயங்களை வாழ்க்கையில் பெறாமல் அதற்காகப் போராடுகிறவங்க”

பல விஷயங்களுடன் காதலும் இருந்துவிட்டுப் போகுது... இதன் பின்னால் செல்லும்போது மற்றவை நழுவிப்போய் விடும் என்பதில்லையே?”

"உங்களுக்கு இருக்கலாமுங்க. ஆனா, ஒரு மட்டத்திலே இருக்கிறவங்களுக்கு இது பிடிச்சிக்கிட்டுதுன்னா அப்புறம் வேறே எதிலேயும் கவனம் போகாமே வாழ்க்கையே நாசமயிடுதுங்க. அல்லது ஒரு டைப்பா இருக்கிற மனுசங்களுக்கு அந்த மாதிரின்னு வச்சுக்குங்க..."

"பேசுவதைப் பார்த்தால், அனுபவம் இருக்கிற மாதிரிதான் தோணுது."

"அப்படியொண்ணுமில்லீங்க. காலேஜிலே சேர்றதுக்கு முந்தியே எனக்கு மாரியேஜ் ஆயிடிச்சு."

"ஓ!"

"ஆனா அங்கே என்கூட ஒருத்தன் படிச்சிக்கிட்டு இருந்தான்..."

"உம்?"

"அவன் வேலை பார்த்த ஆபீஸிலே ஒரு ஐயங்கார்ப் பொண்ணு... அதை இவன் லவ் பண்ணினான்."

"இவன் ஐயங்கார் இல்லையா?"

"கிறிஸ்டியன்."

"த்சு, த்சு."

"தினசரி மாலை கல்லூரியிலே என்கிட்டே வந்து இன்னிக்கு அந்தப் பொண்ணு என்னை இப்படிப் பார்த்தா, என்னோடு இப்படிப் பேசினா, சிரிச்சா, அப்படின்னு போர் அடிப்பான்."

"அந்தப் பொண்ணு இவரை லவ் பண்ணினாளா?"

"அப்படித்தான் இவன் சொல்லிக்கிட்டான் ஆனா..."

"ஆனா?"

"என் ஃபிரண்டுக்குச் சூப்பிரண்டாக இருந்தவரும் ஒரு ஐயங்கார். அவருக்கு விஷயம் தெரிஞ்சுபோச்சு.

அவரு ஏதோ தன் குலத்தின் உண்மையான பிரதிநிதிங்கிற முறையில் அதிலே கலப்படமோ களங்கமோ ஏற்படாமல் காப்பது தன் கடமை மாதிரி, இவன்கிட்டே அது சம்பந்தமா ஏதோ சொல்லியிருக்காரு. தன் சொந்த விஷயத்திலே தலையிட அவருக்கு எந்த உரிமையு மில்லேங்கற பாணியிலே இவன் பதில் சொல்லி யிருக்கிறான். வருஷம் முடிகிற சமயம் அப்ப. அவரு இவன் ரிப்போர்ட்டை ஸ்பாயில் பண்ணிட்டாரு."

"இந்த விஷயத்துக்காகவா?"

"இதெல்லாம் உலகத்திலே நடக்கிறதுதான் அம்மா."

"சரி; அப்புறம்?"

"இவனுக்கு ஒரு பிரமோஷன் கிடைச்சிருக்கணும். அது நின்னு போச்சு."

"த்சு, த்சு."

"அந்தச் சூப்பிரண்டு அந்தப் பொண்ணு வீட்டிலே யும் போய் ஏதோ சொல்லிட்டாரு. அப்புறம் அவங்க வீட்டிலே என்ன ஆச்சுதோ, இந்தப் பொண்ணு ஒரு நா இவன்கிட்டே வந்து, தயவு செய்து இனிமே என்கூட நீங்க பேச வேண்டாம், நடந்ததற்கெல்லாம் மன்னிப்புக் கேட்டுக்கிறேன், அப்படின்னு சொல்லிச்சாம்."

"கோழை! என்கரெஜ் பண்றதையும் பண்ணிப் பிட்டு – பாவம், உங்க ஃபிரண்டு."

"அவன் ரொம்ப உடைஞ்சுபோயிட்டான். எவ்வளவோ சொல்லிப் பார்த்தும் அவ மனசு மாறலியாம். பிறகு இவன் என்ன பண்ண முடியும்? ஜாதி வித்தியாசம் வேறே... அப்பல்லாம் தினசரி என்கிட்டே எப்படி வந்து அழுவான் தெரியுமுங்களா? எங்கேயாவது தற்கொலை கிற்கொலை பண்ணிக்கப் போறானேன்னு வேறே எனக்கும் பயமாப் போச்சு. நல்லவேளை, அப்படியெதுவும் ஆகலை. ஆனா அந்த வருஷம் பரீட்சை அவனுக்குப் பாஸாகல்லே."

"த்சு, த்சு."

"இரண்டு வருஷம் ஆச்சு. இன்னமும் அந்தப் பெண்ணுக்குக் கல்யாணம் ஆகலே. இவனுக்கும் ஆகலே. ஒரு பெண்ணுக்குப் பல காரணங்களாலே கல்யாணம் ஆகாமே இருக்கலாம், இல்லீங்களா? இவன் என்னடான்னா, டே, உள்ளூற அவளுக்கு என்மேலே ஆசைதாண்டா, அதனாலேதான் அவ கல்யாணம் பண்ணிக்க மாட்டேங்கிற, அப்படின்னு சொல்லிக்கிட்டிருக்கான். அவளுக்கு டெலிபோன் பண்றது, லெட்டர் எழுதி அவ டிராயர்லே வைக்கிறது, அவ போகிற பஸ்ஸிலே வெறுமனையாவது போகிறது, இப்படி அசட்டுத்தனமாப் பண்ணிக்கிட்டிருக்கான். ஒரு நா அந்தப் பொண்ணு நிச்சயமா இவனை நாலுபேர் முன்னாலே அவமானப்படுத்தப் போறா... நினைச்சா எனக்குப் பரிதாபமாயிருக்கு. எவ்வளவோ சொல்லிப் பார்த்துட்டேன்... இவன் மூளையிலே ஏறினாத்தானே?"

"படிப்பை விட்டுட்டானா?"

"படிப்பாவது ஒண்ணாவது! உலகக் காதல் இலக்கியங்களையெல்லாம் இப்பப் படிச்சிக்கிட்டிருக் கான். ரோமியோ ஜூலியட்டிலிருந்தும் ரூபையாத்தி லிருந்தும் வரிகளை கோட் செய்கிறான். பங்கஜ் மல்லிக், ஸைகால் இவர்களுடைய காதல் கீதங்களைப் பாடிப் பரவசமா ஆயிடறான். சதா பரட்டைத் தலையும் அழுக்காய்போன கோணல் மாணலாய் மாட்டிக்கிட்ட சட்டையும் பாண்ட்டும் பழைய செருப்புமா அலையறான். அவனைப் பார்த்துக்க ஒரு பொம்பளை வேணும்கிறது எனக்குப் புரியுது. அனா அவன் அந்த ஒரு பொம்பளை யையே தான் எப்பவும் நினைச்சிட்டிருக்கான். கல்யாணம் பண்ணிக்கடான்னா பெரிய வேதாந்தி மாதிரிச் சிரிக்கிறான். ஒரு பெரிய தியாகச் சிலுவையைச் சுமந்திட்டிருக்கிற மாதிரி முகத்திலே ஒருதீவிர பாவம்... எனக்கு பயமாயிருக்கு. அவனுக்குப் பைத்தியம் பிடிக்கப் போறதுன்னு நினைக்கிறேன். போன வாரம்கூட

அவனைப் பார்த்தேன். இப்ப அவன் புதிசா ஒண்ணு சொல்லிக்கிட்டிருக்கான். . .”

“என்ன சொன்னான்?”

“அந்தச் ஸூப்பிரண்டுடைய மனைவி ஒரு நிரந்தர மான சீக்காளி. எப்பவும் படுக்கையிலேதான் கிடப்பாங்க அந்த அம்மா. இப்பக் கொஞ்ச நாளா, ஸூப்பிரண்டு ஸ்கூட்டர்லே அந்தப் பொண்ணையும் ஏத்திக்கிட்டு எங்கேயெல்லாமோ போறானாம் டேய், அவனுக்கும் அவ மேலே ஒரு கண் இருந்திருக்குடா, அதுதான் அந்தச் சமயத்திலே எங்களைக் கலைச்சுட்டான், அப்படிங்கறான். இப்பவும் அந்தப் பெண் மேலே கோபப்படவோ அவளை மறக்கவோ அவன் தயாராயில்லை. அவ நல்லவள்டா, பாவம் அந்த ராஸ்கல் அவ மனசைக் கெடுத்துட்டான், அப்படிங்கறான். திடீர்னு சமயத்திலே அவளைத் திட்டவும் செய்யறான். ஆனா உடனேயே இது மாறிடுது. இப்படியே அவன் எவ்வளவு நாளைக்கு இருக்க முடியும்? எனக்குப் பயமா இருக்குது அவனை நினைச்சால். . .”

“ஸூப்பிரண்டு அப்படிச் செய்யக் கூடியவன் தானா?”

“என்னைக் கேட்டீங்கன்னா! என் வரைக்குந்தான் நாஞ் சொல்லுவேன். நான் கல்யாணம் ஆனவன். இந்த வம்புக்கெல்லாம் போறவன் இல்லே. பெரிய வார்த்தைங்களையெல்லாம் சொல்ல விரும்பலை நான்... எனக்கு இதெல்லாம் போர் அடிக்குது, அவ்வளவுதான். முன்னமேயே சொன்ன மாதிரி, நேரமும்தான் இல்லே. காதல்னு நீங்க சொன்னவுடனே அந்த ஃபிரண்டு நினைவு வந்திச்சு, சொன்னேன். அவன் கிட்ட போனீங்கன்னா காதலைப் பற்றி வண்டிவண்டியா விஷயம் கிடைக்கும்.”

“அப்படியா! குட், குட் சந்தர்ப்பம் கிடைச்சால் பார்க்கிறேன். . .”

“அவசியம் பார்க்கணும் வெரி டிராஜிக் கேஸுங்க.”

“லைஃப்பே டிராஜடிதான். எனக்குக்கூட உங்க ஃபிரண்டு கேஸ் மாதிரியே ஒரு கேஸ் தெரியும். கொஞ்சங்

கொஞ்சம் மாறுபட்டது... ஆனா, பிரச்சினை காதலைப் பத்தினதுதான்."

"சொல்லுங்க."

மேலே ஒரு ஆகாயவிமானம் பெருஞ்சத்தத்துடன் பறந்து செல்கிறது. அந்தச் சத்தம் அடங்கும்வரை அவள் காத்திருக்கிறாள். ஏதோ சொல்வதற்காக வாய் திறக்கிறாள். பிறகு திடீரென்று நிற்கிறாள். காற்றும் மர இலைகளும்கூட அவள் சொல்லப் போவதைத் தெளிவாகக் கேட்க விரும்புபவை போல ஒரு கணம் இயக்கத்தையும் ஓசையையும் நிறுத்திக்கொள்கின்றன. ஆனால் அவளோ "என்ன புழுக்கம் – சே!" என்று மட்டும் கூறுகிறாள். எதிர்பாராத விதமாக நின்றிருந்த இடத்துக்கு அருகேதான் நீச்சல்குளம் – ஸ்விம்மிங் பூல் – இருக்கிறது. நீச்சல் குளத்தை நெருங்கியவுடன் இவளுக்குப புழுக்கம் நினைவு வந்துவிட்டதாக்கும்! அல்லது தான் சொல்லத் தொடங்கிய விஷயத்தைப் பற்றிய இரண்டாவது எண்ணம் தோன்றி, புழுக்கத்தை ஒரு துரும்பாக பற்றிக் கொண்டு கரையேற முயற்சிக்கிறாளோ? எப்படி யிருந்தாலும் இந்தக் கேட்கீப்பர் பிரயோஜனமில்லை. சரியான தருணத்தில் கோட்டை விட்டு விட்டான். அடிச்சீட்டைக்கூடப் பெற்றுக்கொள்ளாமல் அவளை அரைப்படம் பார்க்க விட்டு விட்டான், உதவாக்கரை அவனை டிஸ்மிஸ் செய்கிறேன். "நீந்தப் போகிறீர்களா, மேடம்?" என்று ஸ்விம்மிங்க் பூல் வாயிலில் பொருத்தி யிருக்கும் அறிவிப்புப் பலகையைப் படிக்கத் தொடங்குகிற அவளிடம் கேட்கிறேன். "இன்னும் பதினைந்து நிமிடங்கள் இருக்கின்றன, குளம் மூடுவதற்கு" என்கிறாள் அவள். "உங்களுக்குப் பசி தாங்குமல்லவா?"

"பாப்கார்ன்தான் இருக்கிறதே – ஐ வில் மானேஜ்."

இருவரும் வாயிலைக் கடந்து உள்ளே செல்கிறோம். கூட்டமேயில்லை குளத்திலிருப்பது எண்ணி மூன்றே பேர். கரையில் இருவர் நாற்காலிகளில் அமர்ந்திருக் கிறார்கள். ஒருவர் நீச்சல் உடை அணிந்திருக்கிறார் –

ஸ்விம்மிங் கோச் – கம் – லைஃப் கார்ட்(?) இன்னொருவர் தன் கையிலிருக்கும் டிக்கெட் புத்தகத்தில் கிழிக்கப்பட்ட டிக்கெட்டுகளின் மறுபாதிகளை – எண்ணிக்கொண்டிருக்கிறார். அங்கத்தினரல்லாதவர் குளிக்க விரும்பினால் அவரிடம் டிக்கெட் வாங்கிக்கொள்ள வேண்டும். இன்று அந்த மாதிரியான கேஸ்கள் நிறைய வந்திருக்கும் போலிருக்கிறது. திடீரென்று 'தொபீல்' என்ற சத்தம்: மூவரில் ஒருவன் டைவிங் போர்டிலிருந்து நீரில் குதித்து அப்படியே முழுகி முக்குளி போட்டவாறு குளத்தின் கரைவரையில் வந்து சட்டென்று நீர்ப்பரப்புக்கு மேல் தலையைத் தூக்குகிறான். நெற்றியில் ஒட்டிக் கொண்டிருக்கும் ஈரத் தலைமயிரை ஒதுக்கியவாறு தலையிலிருந்து முகத்தின் மேல் கோடுகோடாக வழியும் நீரை கைகளால் துடைத்தவாறு எங்களைப் பார்க்கிறான்; அல்லது இவளைப் பார்க்கிறான் போலும். கிளம்பிச் செல்வதாக அவன் முடிவு செய்திருந்தால் அந்த முடிவை இப்போது மாற்றிக்கொண்டிருப்பான். இவள் ஒருவேளை குளிப்பதற்கு இறங்கினால் அதைப் பார்த்துவிட்டுச் செல்லலாமென்று அவனுக்குத் தோன்றியிருக்கும். பெண்களுடைய அண்மைக்காகவும் தோழமைக்காகவும் ஏற்படுகிற ஏக்கத்தை ஆரோக்கியமான முறையில் தீர்த்துக்கொள்ள வடிகால்களோ வாய்ப்புகளே அற்ற சமூக மட்டத்தைச் சேர்ந்தவனான அவனுக்கு அந்தத் தருணத்தில் ஏற்படக்கூடிய பரபரப்பை என்னால் புரிந்துகொள்ள முடிகிறது. எதிர் வீட்டு மாமி துவைத்த துணிகளை ஒவ்வொன்றாகக் கொடியில் உலர்த்துவதைக் கடைசிவரையில் பார்த்துக்கொண்டிருந்து விட்டுப் பிறகு கல்லூரிக்கு லேட்டாகச் சென்ற என்னுடைய பழைய நாட்கள் நினைவு வருகின்றன. இந்த நினைவு பெருமையளிப்பதாக இல்லை.

டிக்கெட் கொடுப்பவர் நிமிர்ந்து எங்களைப் பார்க்க வேண்டுமென்று விரும்பியவர்களாக நாங்கள் அவரருகில் போய் நிற்கிறோம். எங்கள் மௌனமான விருப்பம் அவரைத் தாக்கி அவர் நிமிர்வதற்குச் சில

நிமிடங்களாகின்றன: "யெஸ்?" என்கிறார். நீந்த வேண்டும், என்கிறோம்.

"மணமானவர்களா?"

ஒரு நிமிஷத் தயக்கம். "ஆமாம்."

இப்போது அவர் தயங்குகிறார். தங்கள் விதிகளைப் பற்றி சொல்கிறார். ஒரு குறிப்பிட்ட நேரத்துக்கு மேல் பெண்கள் அங்கே நீந்துவதற்கு அனுமதியில்லையாம். நாங்கள் நாளைக் காலையில் வர முடியுமானால்...

நான் ஒரு பத்து ரூபாய் நோட்டை அவர் கையில் திணிக்கிறேன். "விதிகள் தளர்த்தப்பட முடியாதவை யல்ல" என்கிறேன். அவர் பத்து ரூபாய் நோட்டைக் கையில் பிடித்தபடி ஒரு கணம் தியானத்தில் ஆழ்ந்திருப்பவரைப் போல இருக்கிறார். "ஆல்ரைட் – இவ்வளவு தூரம் வந்துவிட்டீர்கள்... ஏமாற்றத்துடன் திரும்பிப் போக வேண்டாம் என்ற அந்தப் பத்து ரூபாய் நோட்டு இல்லாமலேயே கூடத்தான் சலுகையளித்திருக்கக் கூடும் என்கிற தொனியில் (ரூபாய் கொடுத்து அவரைப் புண்படுத்திவிட்டது போல) பேசியவாறு ரூபாய் நோட்டை மடித்துச் சட்டைப் பையில் வைத்துக் கொள்கிறார். மறுகணமே அந்த ரூபாய் நோட்டுக்குத்தான் போதிய அளவு மரியாதை செலுத்தவில்லையென்று நினைத்தவர் போலவும் அவர் எழுந்து, "அதோ, டிரெஸ்ஸிங் ரூம் – நீச்சல் காஸ்ட்யூம் அங்கேயே இருக்கும்... விளக்கைப் போடுகிறேன் (ஸ்விச் போடுகிறார்) செருப்புகளையும் அங்கேயே அவிழ்த்து வைக்கலாம். பர்ஸ் முதலியவற்றை வேணுமானால் என்னிடம் கொடுத்து வையுங்கள்... சோப்பும் அங்கே இருக்கிறது, உங்களுக்கு வேணுமானால் டவல்... இருங்கள், உலர்ந்ததாக எடுத்துத் தருகிறேன் (கப்போர்ட் – ஐத் திறந்து புதிய தேங்காய்ப்பூத் துவாலையை எடுத்துக் கொடுக்கிறார்) எண்ணெய் வேணுமா? வேண்டாமா? சரி..." என்று பட்டிக்காட்டு ஹோட்டலுக்கு நகரத்தி லிருந்து திடீரென்று காரில் வந்து இறங்கிய வாடிக்கைக்

இரவுக்கு முன்பு வருவது மாலை

காரர்களை முதலாளி தானே கல்லாவிலிருந்து எழுந்து வந்து உபசரிப்பதைப் போல சில கணங்கள் தடபுடல் செய்துவிட்டுச் செல்கிறார்.

நீச்சல் உடை தரித்துக்கொண்டு குளத்தில் இறங்குகிறோம். திடீரெனத் தாக்கிய ஜலத்தின் குளுமை உடலெங்கும் சிலிர்ப்பை ஏற்படுத்துகிறது. மீட்டப்பட்ட தந்தியைப் போல நாங்கள் ஒரு கணத்துக்கு வேகமாய் அதிர்ந்து அடங்கியதுபோல இருக்கிறது. அந்தக் கணத்தில் எங்கள் மேல் ஒட்டிக்கொண்டிருந்த ஏதேதோ ஜலத்தில் உதிர்ந்து நாங்கள் ஒருவிதத்தில் புதுப்பிக்கப்பட்டது போலத் தோன்றுகிறது. சீராக அமைந்திருக்கும், அளவாக உருண்டு திரண்டிருக்கும், நீரின் பூச்சினால் பளபளக்கும், கைகால்களினால் நளினமாகவும் லாவகமாகவும் விடுதலையைக் கொண்டாடும் உற்சாகத்துடனும் நீரை உதைத்தாவறு (தாயின் மடியில் உதைக்கும் குழந்தையைப் போல) அவள் குளத்தின் மத்தியை நோக்கிச் செல்கிறாள். நான் அவளைத் தொடர்கிறேன். குளத்தின் மறுஓரத்தில் இருக்கும் அந்த மூவரின் பார்வைகள் எங்களைத் தொடர்கின்றன...

சில நிமிடங்கள் தொடர்ந்து நீந்திய பிறகு அவள் டைவிங் போர்ட் உள்ள முனைக்குச் சென்று கரைமீது, கால்களை நீரினுள் தொங்கப் போட்டவாறு, அமருகிறாள். நான் அவளருகில் சென்று அமருகிறேன். “அங்கிருந்து குதிக்க முடியுமா?” என்று டைவிங் போர்டைச் சுட்டிக் காட்டிக் கேட்கிறேன்.

“ஏன் முடியாமல்? நான் நீச்சலுக்காகக் கோப்பைகள் வாங்கியவள். ஒரு காலத்தில் பெரிய நீச்சல் ராணியாக வரக்கூடிய நிச்சயம் உள்ளவளாக என் பெயரைப் பத்திரிகைகள் பரவசத்துடன் பிரஸ்தாபித்தன.”

கடைசியில், அவளுடைய பலவீனமான இடத்தை நான் தொட்டுவிட்டேன் போலிருக்கிறது. “நான் ஸ்போர்ட்ஸ் பக்கம் படிப்பதில்லை” என்கிறேன்.

"முதல் பக்கத்திலேயே வந்திருக்கிறது. ஆசிய யுவதிகளுக்கான விளையாட்டுப் போட்டி நடந்தது ஜப்பானில், இருபதுக்குக் கீழ்ப்பட்டவர்களுக்கான நீச்சல் நிகழ்ச்சியில் முதலிடம் எனக்குத்தான். அப்போது வந்தது, முதல் பக்கத்தில்."

"உங்களைச் சந்தித்தது என் பாக்கியம்."

"மிகத் தாமதமாக என்னை நீ சந்திக்கிறாய் இளைஞனே மிகத் தாமதமாகப் பூச்செண்டு அளிக்கிறாய்."

"முதல் பூச்செண்டு..?"

"ஆமாம். ஜப்பானில் அவன் பெயர்... பெயர் அவ்வளவு முக்கியமில்லை... நானும் அவனும் மட்டுமே பகிர்ந்துகொண்ட, எங்கள் இருவருக்கும் மிகப் பிரத்தியேக மான, விசேஷ அர்த்தமும் முக்கியத்துவமும் உள்ள, சில கணங்களை, ஒரு அனுபவத்தை, அவன் அமைதியின்றிப் பகிங்கரப்படுத்துவது – அவனும் அவற்றின் சமபாகஸ்தன் என்கிற காரணத்தால் – என்னில் ஒரு குற்றஉணர்ச்சியை ஏற்படுத்துகிறது. குறைந்தபட்சம் அவன் பெயரையாவது தெரிவிக்காமல் இருக்குமளவுக்கு அவனுக்கும் அந்தக் கணங்களுக்கும் நான் கடமைப்பட்டிருக்கிறேன்..."

"ஆனால் ஜப்பானியன் தான்–?"

"கிட்டத்தட்ட இரண்டாவது உலக யுத்தத்தின்போது பிறந்தவன் அவன். அவனுடைய அப்பா ஒரு பெயர் தெரியாத அமெரிக்க சோல்ஜர்..."

"ஓ!" அப்படியானால் சராசரி ஜப்பானியனை விட வாட்டசாட்டமான உடலமைப்புள்ளவனாக இருந்திருப் பான்; யுத்தபூமிக்கு வெளியே அமெரிக்கத் துப்பாக்கி சாதகமான விளைவுகளை ஏற்படுத்தியிருப்பதாகச் சொல்கிற ஒரு ஜோக் எனக்கு நினைவு வருகிறது.

"டோக்கியோ சர்வகலாசாலையில் முதல் வருட மாணவனாயிருந்தான் அவன் அப்போது. மாணவர் களால் நடத்தப்பட்டுவந்த பத்திரிகைகள் ஆசிரியர்

குழுவினருள் ஒருவனாகவும் இருந்தான். தினசரி விளையாட்டுப் போட்டிகள் நடந்த இடத்துக்கு அவன் வருவான். அவற்றைப்பற்றித் தன் பத்திரிகையில் எழுதப் புகைப்படங்கள் எடுப்பான், கணக்கேயில்லாமல். உங்கள் நீச்சல் ராணியையும் எடுத்தான்."

"அவன் கைப்பற்றியது அவளுடைய நிழலை மட்டுமல்ல?"

"அவளிடமிருந்த ஏதோ ஒரு அம்சம் அவனை வீழ்த்திவிட்டது. அமைதியான சுறுசுறுப்பு: விரசமற்ற விஷமத்தனம்; புகைப்பட ஃபிளாஷ்போல மின்னி மறையும் தயக்கமோ சந்தேகமோ, முன்னுரை பின்னுரையோ அற்ற சிரிப்பு... இவற்றில் ஏதோ ஒன்று, அல்லது இவை எல்லாவற்றின் ஒரு குறிப்பிட்ட கலவை... இதையெல்லாம் விளக்க முடியுமா என்ன? அவள் அப்போது இனிய பதினேழு..."

"ஆம். அதுதான் முக்கியம். முதல் காதல் அண்ட் ஆல் தட்."

"முதலாவது என்று சொல்வதற்கில்லை. . . நல்லது, விஷயத்துக்கு வருகிறேன். தன் பத்திரிகைக்காக வெவ்வேறு தேசங்களிலிருந்து அந்த விளையாட்டுகளில் பங்கெடுத்துக் கொள்ள வந்திருப்பவர்களைப் பற்றி அவன் சுருக்கமான அறிமுகம் எழுத வேண்டியிருந்தது. அவளிடமும் வந்தான்; கேள்விகள் கேட்டான். வழக்கமான பதில்கள் – சின்னப் பெண்ணாக இருக்கும்போதே நான் பாத்ரூம் தொட்டியில் நீந்தத் தொடங்கிவிட்டேன். பொழுதுபோக்கு பேனா நட்பும் சினிமாப் பார்ப்பதும். பிரிய நடிகர் பால் நியூமன். ஜப்பானையும் ஜப்பானியர்களையும் ரொம்ப ரொம்பப் பிடிக்கிறது; விசேஷமாக ஜப்பானிய இளைஞர்களை. . ."

"பேஷ்."

"பேஷ் இல்லை அவளை விடவும் சாதுரியமாகப் பதில் சொன்னவர்கள் இருந்தார்கள். அழகிகள்

இருந்தார்கள், இருந்தாலும் அவன் ஏனோ... இதெல்லாம் எப்படி நடக்கிறது? என்ன சொல்ல முடியும்?"

"புரிந்துகொண்டேன். மேலே."

"டூம் மானேஜருக்கு எப்படியோ டிமிக்கி கொடுத்து விட்டு ஒருநாள் மாலை அவனும் அவளும் படம் பார்க்கச் சென்றார்கள். டொஷிரோ மிஃபுனே கதாநாயகியாக நடித்த பெண் ஒரு காதல் கதை. படத்தில் கதாநாயகனாக நடித்த ஒரு பொம்மைபோல இருந்தாள். இவ்விதமான ஒரு பெண்ணை நேசிக்க வேண்டிய சுவைகளும் எண்ணத் தொடர்களும் பரம்பரை ஞாபகங்களும் கொண்டு ப்ரோக்ராம் செய்யப்பட்டிருந்த அவனுடைய புலன்கள் தன்னால் எப்படி வசீகரிக்கப்பட்டனவோ என்று நீச்சல் ராணி வியந்தாள். ஒருவேளை, பரிச்சயமற்ற ஒன்றின் புதுமை. . ."

"இருக்கலாம் சலித்துவிட்ட பழையனவற்றிலிருந்து விடுதலைப்படுத்தும் ஒரு மீட்சி, ஒரு புகலிடம்..."

"முழுக்க முழுக்கத் தன்னை ஜப்பானியனாகவும் சரி, வெளிநாட்டானாகவும் சரி, கருதிக்கொள்ள முடியாத ஒரு சொந்தப் பிரச்சனை வேறு... பல்வேறு பரஸ்பரத் தேவைகள், உந்துதல்கள் ஆகியவற்றின் ஒத்துப்போதல், இட்டு நிரப்பல்... அல்லது இவைப்பற்றிய பிரக்ஞைகள் உள்ளவர்களாக ஒருவரையொருவர் பார்க்கவில்லை."

"முழுப் பிரக்ஞையுடன் எப்போதும் இருக்க வேண்டு மென்பதும்தான் என்ன தலையெழுத்து?"

"எக்ஸாக்ட்லி. வாழ்க்கையை வாழ வேண்டிய கட்டாயத்துக்குட்பட்டபின், அதை நம் விருப்பப்படி யாவது வாழலாம் அல்லவா? ஆகவே, நாம் நம்ப விரும்புவற்றை நம்புகிறோம். நம்ப வேண்டியதையல்ல. பார்க்க விரும்புவதைப் பார்க்கிறோம். . ."

"பிறகு அதைப் பார்த்து விட்டதாக நினைக்கிறோம். அவன் பார்த்த அவள். அவள் பார்த்த அவன். இதமான

தோற்றங்கள். இந்தத் தோற்றத்தை உண்மையானதாக ருசுப்படுத்திக்கொள்ளும் எண்ணங்கள்."

"ஒருநாள் அவன் வீட்டுக்கும் சென்றிருந்தாள். அவனுடைய தாயின் முகத்திலிருந்த சாந்தமும் பரிவும் அவளுக்குப் பிடித்திருந்தது. அந்த வீடே எவ்வளவு அமைதியாக இருந்தது! அவளுக்குப் பழக்கமாகி விட்டிருந்த பரபரப்புக்குப் பிறகு அந்த அமைதி இதமாக இருந்தது. அங்கேயே இருந்துவிடலாம்போல, அவனுடைய அம்மாவுடன் தேநீர் அருந்தியவாறு பேசிக்கொண்டேயிருக்கலாம்போல தோன்றியது. அவர்கள் தரையில்தான் உட்கார்ந்து சாப்பிட்டார்கள். அவர்கள் நடப்பது, உட்காருவது, பேசுவது, சிரிப்பது, எல்லாவற்றிலுமே ஒரு எளிய கவர்ச்சியும் நளினமும் இருந்தன. மயிலிறகால் வருடுவது போன்ற ஒரு மிருதுத் தன்மை இருந்தது."

"அந்தப் பெண் நிஜமாகவே அவனைக் காதலித் திருக்க வேண்டும், 'புவர்திங்' "ஆனால் அவனுக்குத்தன் அம்மாவின் மீது அவ்வளவாக ஒட்டுதல் இல்லைபோலத் தோன்றியது."

"ஓடிபஸ் காம்ப்ளெக்ஸை ஒப்புக்கொள்ள மறுக்கும் ஒரு பிரகடனம் ஆக இருந்திருக்கலாம்."

"ப்ளீஸ்!"

"ஸாரி மேலே சொல்லுங்கள்."

"தன் அம்மாவின் மிதமிஞ்சிய அன்பின் ஆதிக்கத்தினுள் அவன் தவிப்பது போலவும், தன் சுதந்திரத்தை மறுக்கும் இந்த அன்பை அவன் உள்ளூர வெறுப்பது போலவும் தோன்றியது."

"பாவம்."

"பிரியும் நாள் வந்தது. சாகும்வரை ஒருவரை யொருவர் மறப்பதில்லை, மணந்தால் ஒருவரையொருவர் தான் மணப்போம் என்ற வாக்குறுதிகளுடன் அவர்கள்

பிரிந்தார்கள். இந்தியாவுக்குத் திரும்பினாள் நீச்சல் ராணி. படிப்பு, விளையாட்டு, எதிலும் மனம் செல்லவில்லை. தான் ஜப்பானில் இழந்துவிட்டு வந்தது தன்னுடைய ஷிஃபர்ஸ் பேனா மட்டுமல்லவென்று அவளுக்குத் தெரிந்தது. "அதனாலென்ன, வேறு பேனா வாங்கித் தருகிறேன் டார்லிங்க்" என்று அவளுடைய அப்பா அவளைத் தேற்றினார், அதற்காகத் தான் அவள் வருத்தப் படுவதாக நினைத்துக்கொண்டு."

"பாழும் தலைமுறை இடைவெளி, ஜெனரேஷன் கேப்."

"அப்பா வாங்கித் தந்த புதுப்பேனாவினால் அவள் தன் காதலனுக்குக் கடிதம் எழுதினாள். அவனும் எழுதினான். இருவரும் தொடர்ந்து எழுதிக்கொண்டே யிருந்தார்கள். சலிப்புத் தருபவர்களாகத் தோன்றிய அவளுடைய சகமாணவிகள், மாணவர்கள் ஆகியோரிட மிருந்து மாறுபட்ட, மேம்பட்ட ஒரு மீட்சியாக உதவிய தன் மற்றப் பேனா நண்பர்களிடம் கூட அவளுக்குச் சிரத்தை குறைந்துவிட்டிருந்தது. அவர்களெல்லாம் கற்பனையில் ஊதிப் பெரிதுபடுத்தப்பட்ட பலூன்கள்; இலட்சிய உருவங்கள். ஆனால் இவனோ உயிருள்ள உண்மை, என்று அவள் நினைத்தாள்."

"இதமான நினைவு."

"ஆறு மாதங்களுக்குப் பிறகு அவனிடமிருந்து வந்த கடிதமொன்றில், தன் தாய் இறந்துவிட்டதாக அவன் எழுதியிருந்தான். வேறு எது உண்மையாக இருந்தாலும் இருக்காவிட்டாலும், இது உண்மை. ஒரு வாரத்துக்கு அவள் பிரமை பிடித்தவள்போல இருந்தாள். அழக்கூடத் தோன்றவில்லை. கடவுளின் மீது கோபம் கோபமாக வந்தது. அனுதாபம் தெரிவித்து அவனுக்குக் கடிதம் எழுதினாள். ஆனால் அவனிடமிருந்து பதிலே இல்லை. இன்னொரு கடிதம்: அதற்கும் பதில் இல்லை."

"உம்?"

பிறகு ஒருநாள் தபாலில் திருமண அழைப்பிதழ் ஒன்று வந்தது. அவனுக்கும், ஒரு ஜப்பானியப் பெண்ணுக்கும்."

"அவனுடைய அம்மாவை அவன் நேசித்துத்தான் இருக்க வேண்டும். அவள் இறந்தவுடன் அவளைப் போலே, அவளுடைய இமேஜில். . ."

"எப்படியோ, நீச்சல் ராணியினுள்ளே அழகிய ஏதோ ஒன்று உடைந்துவிட்டது. இனி அதைச் செப்பனிடவே முடியாதென்று தோன்றியது. நாலு வருடங்கள், ஐந்து வருடங்கள்... பிறகு..."

"மிஸ்டர் பாண்டே?"

அவள் என் பக்கம் திரும்பி மௌனமாக என்னை உற்றுப் பார்க்கிறாள். "நீச்சல் ராணி சொல்பவை யெல்லாமே தாளிக்கப்படாத உண்மைகள் அல்ல!" என்று கூறியவாறு எழுந்து டைவிங் போர்டுக்குச் செல்லும் படிக்கட்டுகளில் ஏறுகிறாள். டைவிங் போர்டுக்கு மேல் போய் நின்றுகொண்டு டைவை எனக்குச் சமர்ப்பணம் செய்வதுபோல என் திசையில் குனிந்து வலதுகை விரல்களை உதட்டில் பொருத்தி முத்தமிட்டுவிட்டு இரு கரங்களையும் அருகருகே நேர் கோடுகளாக, தன் வளைவு களின் ஒரு அழகிய முத்தாய்ப்பாக முன்புறம் நீட்டிப் பிடித்துக்கொண்டு ஒரு எம்பு எம்பி அந்தரத்தில் கீழ் நோக்கி வளைந்துபின் நேராகி அம்புபோல நீர்ப்பரப்பைத் தாக்கி, ஒருகணம் முன்புவரை சாசுவதமாகத் தோன்றிய அவனுடைய நிதானத்தையும் அசைவற்ற தன்மையை யும் கலைக்கிறாள். அலைகள், அலைகள், அலைகள். . .

நான் கை தட்டுகிறேன்.

இவர் கை தட்டுகிறார். வெயிட்டர் வருகிறான். மெனு கார்டை அவனிடம் காட்டி, எங்கள் பதினைந்து நிமிடக் கலந்தாலோசிப்பின் முடிவுகளை அவனுக்கு விளக்குகிறார். பாவம், இவருக்கு நல்ல பசி. நீந்தியதாலும்

பஸ்ஸில் இடிபட்டுக்கொண்டு வந்ததாலும், பசி அதிகமாகி யிருக்க வேண்டும். வெயிட்டர் சென்ற பிறகு கைக்குட்டையைப் பந்தாகச் சுருட்டி தண்ணீர் டம்ளரினுள் நுழைத்து நனைத்து, அந்த ஈரப்பதத்தால் கால் சராயின் கீழ்ப்புறங்களைக் சுத்தம் செய்யத் தொடங்குகிறார். பஸ்ஸில் ஏறும்போது ஒருவன் மிதித்து விட்டான். பஸ்ஸில் வந்தது என்னைக்கூடப் பல விதங்களில் பாதித்திருந்தது. "எக்ஸ்கியூஸ் மீ!" என்று அவரிடம் கூறிவிட்டு நான் எழுந்தது ஒரு ஸிக்னல் போலத் திடீரென்று பாண்ட் வாசிக்கத் தொடங்கி, நான் மட்டுமே ரசிக்கக்கூடிய நகைச்சுவைத் தருணமொன்றை உருவாக்குகிறது.

நான் திரும்பி வந்தபோது விளக்குகள் அணைக்கப் பட்டு விட்டிருக்கின்றன. பாண்ட் இசையின் வேகம் அதிகரித்திருக்கிறது. காபரே தொடங்கவிருந்தது போலும். டாய்லெட் கதவைத் திறந்துகொண்டு வந்த நான்தான் காபரே ஆர்ட்டிஸ்ட் என்று நினைத்தவர்கள் போலச் சிலர் என் பக்கம் திரும்பிப் பார்க்கிறார்கள். வெகு ஒழுங்காகவல்லவா உடையணிந்திருக்கிறாளென்று அதிர்ச்சியடைந்ததாகவும் தோன்றுகிறது. நான் என் இடத்தில் சென்று அமர்ந்ததும் சிலர் ஆசுவாசமும் சிலர் ஏமாற்றமும் அடைகிறார்கள். மறுகணமே, "லேடீஸ் அண்ட் ஜென்டில்மென்... ப்ரெஸெண்டிங்... மிஸ் ஆஷா!" என்ற அறிவிப்பு; டணாலென்ற ஸிம்பல்களின் மோதல், ட்ரம்களின் அதிர்வு... இதோ, மிஸ் ஆஷா...

இவர் சோபாவில் சாய்ந்தாற்போல உட்கார்ந்து கண்களை மூடிக்கொண்டிருக்கிறார். தூக்கமா, பசி மயக்கமா? நான் கைவிரல்களைத் தண்ணீர் தம்ளரினுள் நுழைத்து ஈரவிரல்களை அவர் முகத்தின் மேல் உதறுகிறேன். அவர் திடுக்கிட்டுக் கண்களைத் திறக்கிறார், "ஆஃபீசுக்கு லேட்டாகவில்லையா உங்களுக்கு?" என்கிறேன். "நீயும் உன் ஜோக்கும்" என்பது போலச் சூள்கொட்டிவிட்டு மறுபடி அவர் கண்களை மூடிக்

கொள்கிறார். இவருக்கு ஹாஸ்ய உணர்ச்சி கொஞ்சம் போதாதுதான்.

மிஸ் ஆஷா வலை ஸ்டாக்கிங்ஸ் அணிந்திருக்கிறாள். அதன்மேல் ஸ்கர்ட்போல ஒரு துணியைச் சுற்றிக் கொண்டு முடிச்சுப் போட்டுக்கொண்டிருக்கிறாள். நடனமாடியவாறே உட்கார்ந்திருப்பவர்களில் மிக அப்பாவியாகத் தோன்றும் ஒருவரிடம் சென்று அந்த முடிச்சை அவிழ்ப்பதில் உதவி கோருகிறாள். அவருக்குப் பதற்றத்தில் கை நடுங்குகிறது. பக்கத்திலிருக்கும் ஒரு சர்தார்ஜி ஆர்வத்துடன் உதவிசெய்ய முன் வருகிறார். இப்போது வெறும் வலை ஸ்டாக்கிங்க்ஸ்.

திருமணம்கூட ஒரு ஸ்ட்ரிப்டீஸ் போன்றதுதான், என்று எனக்குத் தோன்றுகிறது. முதலில் அவருடைய ராணியாக, இஷ்ட தெய்வமாக, (டம்!) பிறகு அவர் ஜெயித்த கோப்பையாக, அலங்கரிக்கும் ஜிகினாவாக, (டடம்!) விசையை அழுத்தினால் உட்காருகிற, படுக்கிற பொம்மையாக, உத்தியோக வாழ்வில் முன்னேற உதவும் ஏணியாக (டம்டி டம்டி டம்!) ஒரு பழைய ஞாபகச் சின்னமாக, சமூகத்துக்காக வேண்டிப் பரிபாலிக்கப்பட வேண்டிய கறவை தீர்ந்த பசுவாக – (டம் டம் டம் டம் டம் டம் டம். . . கோமாதாகீ ஜே!)

மிஸ் ஆஷா குனிந்து சலா மிட்டு விட்டு உள்ளே மறைகிறாள். விளக்குகள் எரிகின்றன. வெயிட்டர் வருகிறான். மேஜைமீது பிளேட்டுகள் வைக்கப்படும் ஓசை கேட்டு பாவ்லாவ்வின் நாய்ப்போல அவர் சட்டென்று விழித்துக்கொண்டு நிமிர்ந்து உட்காருகிறார். அவசர மாகச் சாப்பிடத் தொடங்குகிறார்.

பாண்ட்டில் ஒரு 'சாச்சாச்சா' டியூன் வாசிக்கப் படுகிறது. நான் அந்த டியூனுக்கேற்றவாறு மேஜைமீது ஃபோர்க்கால் தட்டத் தொடங்குகிறேன். சவைத்தவாறே அவர் நிமிர்ந்து என்னைப் பார்க்கிறார். "ஸாரி!" என்று நான் ஒரு ஹாம்பர் கரை எடுத்துக் கடிக்கிறேன்.

மொறுமொறுவென்றிருக்கும் அதை இன்பத்துடன் தலையை ஆட்டியவாறு அசை போடுகிறேன். தண்ணீர்த் தம்ளரைக் கையிலெடுத்துக்கொண்டு, "நம் பசிக்கு!" என்று ஒருவாய் நீர் அருந்துகிறேன். அவர் என்னைப் பார்ப்பதைத் தவிர்க்கிறார். நான் இவரை ரொம்பப் படுத்துகிறேன், பாவம். ஐ யாம் ஏ நாட்டி கேர்ல்.

எனக்காக ஜாலி டைப்பாகக் காட்டிக்கொள்ள விரும்பினாலும், அடிப்படையாக இவர் ஒரு ஸீரியஸ் டைப். அளவு கடந்த ஸீரியஸ் டைப். சாப்பிடும்போது மனிதர்களை இனம் கண்டுகொண்டு விட முடியும். சாப்பிடுவதென்றே முழு லட்சியமாகக் காட்டிக் கொள்ளாமல் ஏதோ தற்செயலாக அது நிகழ்வது போன்ற பாவனையை உருவாக்குவதில் இவரால் வெற்றி பெற முடியவில்லை. இவருடைய வாழ்க்கையில் ஏதோ ஒரு சோகம் இருந்திருக்கிறது; அதிர்ச்சி இருந்திருக்கிறது. இவருடைய அழுகையும் சிரிப்பும் உறைந்துபோய் விட்டிருக்கின்றன. எனக்கு இவர்மேல் மகிழ்ச்சிக் கிரணங்களைப் பொழிந்து இவருடைய சோகத்தைப் பிளந்து தெறிக்கச் செய்ய வேண்டும்போல, இவரை வாய்விட்டு, மனம்விட்டு, சிரிக்கச் செய்ய வேண்டும் போலத் தோன்றுகிறது. இவருடைய காயங்களுக் கெல்லாம் ஒத்தடமிட்டுக் களிம்பு தடவி, பவுடர் தூவி, பாண்டேஜ் கட்ட வேண்டும்போல இருக்கிறது. ஒருவேளை நான் அளிக்கத் துடிப்பவற்றைப் பெறுபவர் இல்லாமையால் இவரை ஒரு வடிகாலாக... ஒருவேளை நான் அந்த ஜப்பானியத் தாயாக மாறி என் பிள்ளையின் இமேஜை... ஒருவேளை நான் மீண்டும் சிறுபெண்ணாக...

நான் சாப்பிட்டு முடிவதற்கும், இரண்டாவது காபரே தொடங்குவதற்கும் சரியாக இருக்கிறது. யாரோ மிஸ் ரூபியாம்; எனக்கு இவர்களையெல்லாம் பார்க்கும்போது அனுதாபம் உண்டாகிறது. இவர்களுடைய பெற்றோர் அண்ணா தம்பி முதலிய நினைவுகள் வருகின்றன. ஒரே ஒரு பிரத்தியேகமானவனுக்காகத் தனிமையில் மலர

வேண்டிய பாவங்களும் பாவனைகளும் பார்வைகளும் துடிப்பு, நொடிப்புகளும் முன்பின் பார்த்திராத ஐம்பது அறுபது பேர் முன்னிலையில் வாரியிறைக்கப்படுவதில் ஒரு ஆழ்ந்த சோகம் தென்படுகிறது. இவளை இந்தத் தொழிலுக்கு விரட்டியது எதுவாயிருக்கும். வறுமை. . . துரதிர்ஷ்டமான சில தொடர் நிகழ்ச்சிகள். . . மலரத் தொடங்கிய பருவத்தில் பெயர் தெரியாத ஒருவனால் வஞ்சிக்கப்பட்டதன் விளைவு. . .

என் தங்கைக்கு அப்படித்தான் ஆயிற்று. ஆனால் அவள் ‘காபரே’ ஆர்ட்டிஸ்ட் ஆகவில்லை. இதோ உட்கார்ந்திருப்பவளிடம் என் தங்கையைப் பற்றிச் சொல்லலாமா என்று நினைக்கிறேன். ஆனால் அவள் ‘காபரே’யை மும்முரமாகக் கவனித்துக்கொண்டிருப் பதைப் பார்த்து இந்த எண்ணத்தைக் கைவிடுகிறேன்!

அந்த இளைஞனின் முகம் எனக்கு நினைவுவருகிறது. கூடவே என் பழைய முகமும் நினைவு வருகிறது.

தையல் வகுப்புகளுக்காகத் தங்கை ஒரு வீட்டுக்குப் போய் வருவாள். அந்த வீட்டு மாடியில் இவன் இருந்தான். என் தங்கை இழக்கக் கூடாததை இழந்துவிட்டு வந்தாள். என் அம்மா இடிந்துபோய் உட்கார்ந்தாள். நான் அந்த இளைஞனைத் தேடிச்சென்றேன். என் தங்கையை அவன் மணந்துகொள்ள வேண்டும், அதுவே நியாயமாகும் என்றேன். அது நம் சமூகப்படத்தில் வரும் ஒரு காட்சியைப் போல இருந்தது. அந்தக் கட்டம் மட்டும்.

“நீங்கள் சொல்வது எனக்குப் புரிகிறது” என்றான் அவன். “ஆனால் நான் சொல்வதையும் நீங்கள் புரிந்து கொள்ள வேண்டும். நான் தவறு செய்துவிட்டேன், உண்மை. இதற்காக மிகவும் வெட்கமடைகிறேன். உங்களிடம் மன்னிப்புக் கேட்டுக்கொள்கிறேன். நீங்கள் என்னை அடியுங்கள்; போலீஸில் வேண்டுமானாலும் பிடித்துக்கொடுங்கள். ஆனால் திருமணத்தைப் பொறுத்த வரையில். . . யூஸீ, நான் அவளை நேசிக்கவில்லை; ஒரு வெறிக்கு அடிமையானேன். அவள் வாழ்வைப் பாழாக்கி

விட்டதை உணர்கிறேன். ஆனால் அவளும் நானும் திருமணம் செய்துகொள்வது ஒருவருக்கொருவர் செய்து கொள்ளும் நியாயமாகும் என்று நினைக்கிறீர்களா? யோசித்து ஒரு முடிவுக்கு வாருங்கள். எந்த முடிவையும் நான் ஏற்றுக்கொள்கிறேன்."

அதன் பிறகு நான் அவனைப் பார்க்கவில்லை. என் அப்பா உயிருடன் இருந்தால் என்ன செய்திருப்பாரோ, தெரியாது. ஆனால் என் அம்மாவுக்குப் பெண்களிடம் அரிதான ஒரு முதிர்ச்சியும் மனோதிடமும் இருந்தது. ஒரு வாரத்துக்கு அவள் மௌனமாக இருந்தாள்: என் தங்கை தன் தட்டு, தம்ளர், விரிப்புகளைத் தனியாக வைத்துக்கொள்ளும் தினங்கள் காலக்கணக்குத் தப்பாமல் வந்தன. என் அம்மா ஆசுவாசப் பெருமூச்சு விட்டாள். பிறகு அவள் நடந்ததைப்பற்றி ஆர்ப்பாட்டம் செய்ய வில்லை, நாங்கள் இன்னொரு ஊருக்குச் சென்றோம். என் தங்கைக்கு ஒரு நல்ல இடத்தில் திருமணம் நடந்தது; குழந்தைகள் பிறந்தன. சமீபத்தில் அவளைக் காணச் சென்றபோது, கணவனுக்கும் மனைவிக்குமிடையே தினசரி பொறிகள் பறப்பதைப் பார்த்தேன்.

ஜாதகம் பார்த்து நடத்திய இந்தத் திருமணத்துக்கும், முதலில் அவளுக்கு நிகழ்ந்த சம்பவத்துக்கும் என்ன வித்தியாசமென்று சில சமயங்களில் எனக்குக் குழப்பமா யிருக்கிறது. ஆனால் மனிதர்கள் செய்யக்கூடியதுதான் என்ன? நான் காதலைத் தேடிக்கொண்டிருக்கிறேன். இதுவரை கிடைக்கவில்லை. வயது முப்பத்தெட்டாகிறது. எந்தத் தேடலுக்கும் நம்பிக்கை முறிந்துவிடும் ஓர் எல்லை உண்டு...

இல்லாத ஒன்றைத் தேடி அலைந்துகொண்டிருக்கி றேனோ என்று சில சமயங்களில் எனக்கு என்மீதே சிரிப்பும் இரக்கமும் தோன்றுகிறது. ஒருகாலத்தில் சினிமா ஹீரோயின்களைக் காதலித்துக்கொண்டு கணக்கில்லாமல் படங்கள் பார்த்துக்கொண்டிருந்தேன். பிறகு நிழல்களை விடுத்து நிஜத்தைத் தேடத்

இரவுக்கு முன்பு வருவது மாலை

தொடங்கினேன். என்னுடன் எல்லாக் கணங்களையும் என்றென்றும் பகிர்ந்துகொள்ளக்கூடிய நிஜம். ஆனால் அது சாத்தியந்தானா? நிழல் ஏது? நிஜம் ஏது?

விளக்குகள் எரிகின்றன. "இவள் நன்றாக ஆடினாள்" என்றவாறு இவள் என்னைப் பார்க்கிறாள்.

"நான் கவனிக்கவில்லை" என்கிறேன். இங்கு இவளுடன் ஏன் உட்காந்திருக்கிறேன் என்று என்னையே கேட்டுக்கொள்கிறேன்.

"ஆனால் தினம் இப்படியே ஆடி ஆடி இவளுக்கு அலுத்துப் போகும், பாவம்."

"தினம் இதைப் பார்த்தால் நமக்கும் அலுத்துத்தான் போகும்.

"ஆமாம். எங்கோ வெளியூரில் நடந்துகொண் டிருக்கும்போது டீக்கடை ரேடியோவில் கேட்கும் ஏதாவ தொரு பழைய பாடலைக் கேட்டுப் பரவசமடைந்து, ஊருக்குத் திரும்பியதும் அந்த ரிக்கார்டை வாங்கிக் கிராமபோனில் போட்டுப் பார்ப்பேன். நான் குமுறை கேட்டபிறகு, இந்தப் பாட்டையா ரசித்தோம் என்று சந்தேகம் ஏற்படும்!"

என் அனுபவம் இன்னும் மோசமானது நாள் முழுதும் ஒரு பாட்டை முனகிக்கொண்டிருந்துவிட்டு மாலையில் ரிக்கார்டு ஷாப்புக்குச் சென்று அந்தப் பாட்டைப் போட்டுக் கேட்பேன். நான் எதிர்பார்த்த பரவசம் உண்டாகாது. வேறு ரிகார்டுகளைப் போடச் சொல்லி ஒன்றைத் தேர்ந்தெடுப்பேன். வீடு திரும்பும் வழியில் இந்தத் தேர்விலும் மாற்றங்கள் தோன்றும். சில சமயங் களில் ரிகார்டு ஷாப்புக்குத் திரும்பிச் செல்வதும் உண்டு. வீடு வந்த பிறகு மறுபடி பழைய பாடலே சிறந்ததாகத் தோன்றும். புதிதாக எது வாங்கவும் எனக்குத் தயக்கம்தான். ஏனென்றால் அப்புறம் பிடித்தாலும் பிடிக்காவிட்டாலும் அது என்னிடமே இருக்கும். உடைமையுணர்வு பாதுகாப்பானது; தொல்லையானதும்கூட.

"சில கணங்களை நீடிக்கச் செய்யவும் நிரந்தரமாக்கவும் ஆசை உண்டாகிறது, இது நிகழக்கூடியதல்ல என்ற உண்மையை நாம் நம்ப விரும்புவதில்லை."

நான் பதில் பேசவில்லை. வெயிட்டரைக் கூப்பிட்டுப் பில் பணத்தைக் கொடுக்கிறேன். இவள் அதற்குள் எழுந்து நடக்கத் தொடங்குகிறாள். சில்லறை வாங்கிக்கொண்டு ரெஸ்டாரண்ட் கதவைத் திறந்துகொண்டு நான் வெளியே வரும்போது இவள் கான்கிரீட் நடைபாதையில் இருந்த சதுரங்களின் மேல் பாண்டி விளையாடிக் கொண்டிருக்கிறாள். ஷி இஸ் கிரேஸி. பஸ்ஸில் வர வேண்டுமென்று எப்படி அடம்பிடித்தாள்! இல்லாவிட்டால் எப்போதோ சாப்பிட்டு முடித்திருக்க வேண்டியது. வெகு நேரமாகப் பசி; கான்ஃபரன்ஸில் பகலில் கொடுத்த லஞ்ச் எனக்குப் போதவேயில்லை.

"எப்படிப் போவது இப்போது?" என்றேன்.

"உஷ்!" என்று அவள் உதட்டின் மேல் ஆள்காட்டி விரலைப் பதித்துக்கொள்கிறாள். "இங்கே நிற்கும் கார்களில் ஒன்றைத் திருடுவோம் – கம் ஆன்!" என்று கார்களின் வரிசையை நோக்கி நடக்கிறாள். ஒரு ஃபியட் காரின் கதவைச் சாவியால் திறந்து, உள்ளே ஏறி உட்கார்ந்து, மறுபக்கத்துக் கதவை எனக்காகத் திறந்து விடுகிறாள். நான் உள்ளே ஏறிக்கொண்டு கதவைச் சாத்துகிறேன். அவளும் தன் பக்கத்துக் கதவைச் சாத்திக்கொண்டு காரைக் கிளப்புகிறாள். அப்போதுதான் கவனிக்கிறேன்; ஹோட்டலுக்கு அருகிலேயே ஒரு சினிமாத் தியேட்டரும் இருக்கிறது.

கார் சாலைக்கு வந்ததும் நான் ஸீட்டில் நன்றாகச் சாய்ந்து உட்கார்ந்து சிகரெட் ஒன்றைப் பற்றவைக்கிறேன்.

"எனக்கு"

அவள் உதட்டிலும் சிகரெட் ஒன்றைச் செருகி பற்ற வைக்கிறேன். "தாங்க்ஸ்" என்று சிகரெட்டை ஒரு இழுப்பு இழுத்துப் புகையை விடுகிறாள். அவள் சிகரெட் பிடிக்கும்

பாணி எனக்குப் பிடிக்கிறது. அவளை எனக்குப் பிடிக்கிறது. இப்போது இந்தக் கணத்தில் பிடிக்கிறது. இன்றைய இரவு விமானத்தில் ரிஸர்வேஷன் கிடைக்காமல் போயிற்று, நல்லவேளையாக.

"ரொம்ப நன்றாக ஸ்மோக் பண்ணுகிறீர்கள்" என்றேன்.

"தாங்க்ஸ்."

"நன்றாக ட்ரைவும் செய்கிறீர்கள்."

"என்னைப்பற்றி நீங்கள் தெரிந்துகொள்ள வேண்டியது நிறைய இருக்கிறது."

அவள் உருவாக்குகிற மர்மம் எனக்குப் பிடிக்கிறது. அவளுடைய குறும்பும் விஷமமும் பிடிக்கிறது. எப்போதுமே அது என்னைக் கவரக் கூடியதா என்றெல்லாம் நான் ஆராய விரும்பவில்லை. இந்த கணத்துக்குமேல் வேறெதைப் பற்றியும் நாம் யாருமே நிச்சயத்துடன் இருக்க முடியாதென்று தோன்றுகிறது. அது அவசியமில்லையென்றும் தோன்றுகிறது.

இதோ, மாலையில் நான் நின்றிருந்த நாற்சந்தி முனை, இப்போது ஸிக்னல் விளக்குகள் அணைக்கப்பட்டு விட்டிருக்கின்றன.

எங்கள் கார் ஒரே நொடியில் அந்த கிராஸிங்கைக் கடந்து செல்கிறது.

பின்னிணைப்பு

என் வாழ்த்து

ஆதவன் எழுதத் தொடங்கியது 1960க்குப் பிறகு என்று நினைக்கிறேன். தமிழ்ப் படைப்பிலக்கியத்தில் 1960 முக்கியமான கட்டம். 1960க்குப் பிறகு நுண்ணுணர்வோடும் நிச்சயத்தோடும் – அதாவது ஒரு நல்ல கலைஞனின் நிச்சய பத்தியும் சங்கோசமும் கலந்த ஒரு திடத்தோடும் – எழுதுகிற சிலரில் ஆதவன் மிக முக்கியமானவர்.

1960க்குப் பிறகு தமிழ் எழுத்து ஒரு புதிய திருப்பம் காணத் தொடங்கியிருக்கிறது. அதற்குக் காரணம் நுண்ணுணர்வோடு எழுதுகிற ஒரு பத்துப் பன்னிரண்டு பேர் – அல்லது மேற்சொன்ன 'சிலர்' – இவர்களுடைய எழுத்தில் ரசிகர்கள் முக்கியமான சில பண்புகளைக் காண்கிறார்கள். விரிவான ஆத்ம சர்ச்சை, உள்மன இடுக்குகளைக் காணும் வேட்கை, கணம் கணமாகக் காலத்தைக் கண்டு செல்லும் அல்லது நிற்கும் நிதானம் –

அதாவது ஒரு கணமும் பயனற்றதல்ல என்ற பரிவு, பற்றாக்குறை – நெரிசல், போட்டி – மோதல் – அநீதி போன்ற அவலங்கள் புறவாழ்வில் புகுந்ததன் மூலம் அகமதிப்புகள் கவிழ்ந்து போயிருப்பதை அலசும் நோக்கு, இந்த அவலங்களுக்குப் பழைய நெறிக் கோட்பாடு களை ஒட்டி மருந்துகள் சொல்லாமல் இருக்கிற நேர்மை. இதே காரணத்தால் சொற்களுக்கு மரபாக உள்ள அர்த்தங்களை, அதாவது தேய்ந்த அர்த்தங்களை ஏற்றிவிட்டு, புதிய செலாவணி ஊட்டும் சொல் அமைப்பு – ஆட்சி முறை – பொதுவான ஒரு அறிவு – ஜீவநோக்கின் ஆதிக்கம் – இவை சில பண்புகள். இன்னும் சொல்லலாம். இவை முக்கியமானவை. இவை தமிழ் எழுத்திற்குக் கைகொடுத்து அதைப் புதிய பாதை யில் கொண்டுவிட்டிருக்கின்றன. அல்லது அதுவரை காணாத புதிய கலை இயல் உணர்வுகளைத் தரத் தொடங்கின. இது தமிழில் மட்டுமல்ல, உலகின் பல மொழிகளில் நடக்கும் இயக்கம் எனத் தோன்றுகிறது. (எனக்குத் தெரிந்த அயல் மொழி ஆங்கிலம்தான். பிரிட்டனில் காணப்படும் இன்றைய எழுத்து முப்பது ஆண்டுகட்கு முற்பட்ட எழுத்தினின்றும் முற்றிலும் மாறுபட்டிருக்கிறது.) இலக்கிய ரிப் வான் விங்கிகளாகப் பாவனை செய்துகொள்ள முடிந்தால், இந்த எழுத்தின் வேகம், புதுமை, மரபு உரிந்த பளபளப்பு, சூழல் மாறிய வேற்றுமை – எல்லாம் பளிச்சென்று மனதை ஈர்க்கும். இந்த மாறுதலுக்குப் பல காரணங்கள். மார்க்ஸ், ஃபிராய்ட், மகாயுத்தம் விஞ்ஞானம், தாழ்த்தப் பட்டவரின் (அதாவது பெண்கள், கீழ்ச்சாதியினர், வல – இட – மைய அரசியல்வாத 'குண்டர்களும்' பண – சரீர – அதிகார குண்டர்களும் கூட்டுச் சேர்ந்த சதியால் திணறும் மக்கள் ஆகியோரின்) விழிப்பு அல்லது நாதியின்மை – போன்ற பல சக்திகளே உலக இலக்கியத்தில் இந்த மாறுதல்களைத் தோற்றுவித்துள்ளன. தமிழிலும் ஏறக்குறைய இதே காரணங்கள்தான். இது தலைமுறைப் பிரச்சினை அல்ல; விஞ்ஞானம்

அவ்விஞ்ஞானத்தைக் கொஞ்சம் கொஞ்சமாக அகற்றி வெளியேற்றும் முயற்சி.

இந்தத் திருப்பத்தில்... கலைச்சுவை இயலான வெற்றியோடு எழுதுகிற மிகச் சிலரில் முக்கியமான ஒருவர் ஆதவன். முதலில் சொன்ன பண்புகள் பல இவர் எழுத்துக்கு ஒரு தனித்வம் அளிக்கின்றன. உள்மனத்தை ஆழ்ந்து காண்கிறார். கணங்களைப் பரிவுடன் பார்க்கிறார். எதையும் கருக்காக, உரிய நாத அளவோடு, எடை போட்டாற்போல் சொல்ல வேண்டும் என்னும் பொறுப்புடன் சொற்களை உருவாக்குகிறார். (கீழ்மட்டத்து ஊழியன் கணபதியின் கதை இந்த அளவுக்கு ஒப்பற்ற எடுத்துக்காட்டு) உண்மையில்லாத மிகைகளைத் தொட மறுக்கிறார். புதிய புதிய உத்திகளை, உத்திக்காக என்றில்லாமல் தம் நோக்கத்தை நிறைவேற்றுவதற்காகப் படைக்கிறார். கணங்களை அசட்டை செய்யாமலிருப்பதால், அக-புற விவரங்கள் ஏராளமாக இருக்கின்றன. நோக்கில் தெளிவும், நடுநிலையும், பரிவும் இருப்பதால் திருப்பித் திருப்பிப் படிக்கத் தோன்றுகிறது. அப்படி மீண்டும் படிக்கும்போது, இதை நாம் உன்னிப்பாகப் படிக்கவில்லையே என்ற ஜாக்ரதை ஏற்படுகிறது. முதிர்ச்சியும் நேர்மையும் உள்ள எழுத்து, வாசகனின் அஜாக்ரதையைப் பார்த்து இப்படி மௌனமாகச் சிரிக்கிற வழக்கம்.

டில்லியிலிருந்து திருவையாற்றுக்கு வருகிற பையனின் மோகங்களையும் அக்கரை மயக்கங்களையும் "தியாகராஜர் பட்டணத்தில் பிறந்தாலும் ராமனைத்தான் தேடியிருப்பார்" என்று ஒரே அசைப்பில் உலுக்கிவிட்டு விடுகிறார் சித்தப்பா. படித்துவிட்டுக் கலியாணத்துக்கு 'இருக்கிற' பெண்ணுக்கு முளைக்கிற சிறகுகளை எப்படியெல்லாம் பார்க்கிறார் ஆசிரியர்! சில சமயம் இறக்கைகளையும் சிறகுகளையும் அந்தப் பெண் அலகாய் கொத்திக் கொத்தித் தன்னைத் தயார் செய்து

கொள்வதுபோல் நமக்கு ஒரு தோற்றம். அந்த "பழைய – புதிய" பெண்மையின், அறிவோடு வளர்ந்த இளமையின் கனவுக் கூட்டத்தையும் அதன் வழிவகுப்பையும் ஆற அமர, ஒரு ஏக்கத்தோடு சித்தரித்திருக்கிறார். ஏக்கத்தோடு என்று சொல்லலாமா? கையெட்ட பறக்கும் புள்ளின் சிறகுக் காற்றுப்போல நமக்கு அந்த இளம் பெண்மையை உணர்த்திவிட்டுப் போய்விடுகிறது கதை. உத்திகளில் சிலம்பமாடும் "இரவுக்கு முன்பு வருவது மாலை"யில் கணங்களை நிரந்தரமாக்கும் ஏக்கம், பழைய கணங்களை நினைத்துப் புறப்படும் இசக்கியா பிள்ளை என்ற பேரிளம் ஆணின் அமர்ந்த துடிப்பு – எதைச் சொன்னாலும் ஒரு நிச்சய புத்தியுடன், தெளிவுடன், பக்குவமான ஓரகமற்ற நடுநிலையோடு சொல்லிவிடுகிறார் ஆதவன். இதன் பயனாக, சாதித்துவிட்ட பறையோசை கேட்காமல், தேடுகிற அடக்கம் இவர் கதைகளில் இதமாக ஒலிக்கிறது. அதனால்தான் மீண்டும் மீண்டும் படிக்கத் தோன்றுகிறது போலும்.

இத்தனை விவரங்கள் வேண்டுமா என்று சில சமயம் தோன்றுகிறது. இசக்கியா பிள்ளையின் கதையை இன்னும் நீளமாக எழுதியிருக்கலாமே சிறகுகளையும் "மாலை"யையும் சிறிது நீளம் குறைத்திருக்கலாமே, என்று தோன்றுகிறது. ஆனால் இத்தனை விவரங்களும் பழைய சைனா ஜாடி ஓவியங்களைப் போல, அந்தந்த இடத்தில் அமர்ந்து பொருந்தியிருக்கின்றன என்பதால், இது இலக்கிய ஆசிரியனின் உரிமை என்றும் படுகிறது. ஆதவன் போன்றவர்களின் கதைகளில் ஒரு பொறுப்புணர்வு இருப்பதால், நல்லது நாலு சொன்னால், குறை இரண்டு சொல்ல வேண்டும் என்ற வீறாப்பு மரபுப்படி ஒழுக வேண்டும் என்று அவசியமில்லை.

ஆதவன் முதலில் பிரபல பத்திரிகைகளில் எழுதத் தொடங்கி, பின்பு பல அல்லது இலக்கியப் பத்திரிகை களில் எழுதி வருகிறார். ஆனால் எதில் எழுதினாலும் அவர் சபைக்கேற்பத் தன்னை மாற்றிக்கொள்ளவில்லை

என்பதைக் கோட்டான்கள், கோபிகள் உட்பட எல்லா ரசிகர்களும் உணர்வார்கள்.

ஆதவன் எழுத்தின் சில குறிப்பிட்ட நயங்கள் பற்றி நிறைய எழுத வேண்டும் போலிருக்கிறது. இது விமர்சனக் கட்டுரை அல்ல. அவர் எழுத்து என்னை ஈர்த்ததற்குக் குரல் கொடுக்கும் வாழ்த்து. இவரால் தமிழ்ப் படைப்பு இலக்கியம் கணிசமான, புதிய முன்னேற்றம் காணும்.

புதுடில்லி
மே 1974

தி. ஜானகிராமன்